U0078915

專為忙碌的人設計，快速記憶的單字書

自學越南語單字
看完這本就記住！

全MP3一次下載

「北音」　　「南音」

「※iOS系統請升級至iOS13後再行下載」
此為大型檔案，建議使用WIFI連線下載，
以免佔用流量，並確認連線狀況，以利下載順暢。

前言

如何重新熟悉越南語單字？

在繁忙的日常生活中維持學習一種語言的動力，是不是一件很難做到的事情呢？如果你覺得難，需要信心及更有效率的方法，那麼在維持這一項「對自己的投資」的前提下，放下太過複雜的課本，然後嘗試打開這本有趣的書來學習吧！

越南語的 chữ Quốc ngữ（國語字）是由一位名叫 Alexandre de Rhodes 的法國神父於西元1651年以羅馬文字所創建。與其一開始就採取一個難以上手的方式學習，不如利用這本《自學越南語單字！看完這本就記住》，並從書中一些熟悉的圖片，例如生活用品、房屋內外的景象、周邊的朋友或你家人等…開始學習。

本書分為35個關於日常生活的主題，讓每個人都可以容易上手。圖片和越南語單字一目了然，易於理解單字的意思。你可以透過QR碼下載全書檔案聆聽母語人士的發音，然後輕鬆地跟著唸。直接聆聽母語人士發音，然後練習到你能流暢唸出單字的發音為止。

此外，每個主題我們都提供越南語會話範例，並將所學到的單字與詼諧幽默的圖片相結合，一起構成句子模式。除了單字以外，你還需要練習句子表達，以增強實際表達能力。如果你是一個狂熱的學習者，我也希望你仔細看「其他相關詞彙」的部分。

本書不只讓你「一箭雙鵰」而是「一箭五鵰。」希望你的越南語實力突飛猛進！

黃氏清蘭（Huỳnh Thị Thanh Lan）

如何使用這本書

本書的結構中，以插圖與越南語單字並列，背單字時就像你在看一本圖畫書一樣，以看圖來記得單字，以視覺及文字雙管齊下，即能快速地學習記憶。

以詼諧幽默的標題，闡明學習的主題

- 單字與圖片一目了然，易於理解。
- 不僅能學習主題的單字，還可以學習到與主題單字相關的詞彙，讓吸收到的詞彙量更加豐富。

將單字搭配生動的圖片，並藉由例句或慣用語來更具體地學習單字。

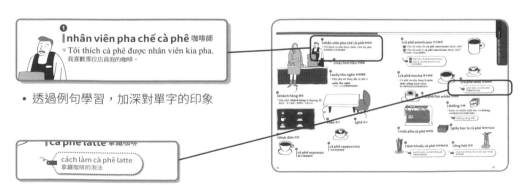

- 透過例句學習，加深對單字的印象

- 以單字學慣用的表現

透過相關單字的部分進一步深度學習，擴展詞彙量，新學的單字也立刻能套用在對話範例中。

其他相關詞彙
除了主題單字，還延伸列出你需要知道的相關單字，讓你掌握豐富的詞彙量。

單字相關延伸
延伸與主題相關的內容或進一步提供有用的知識。

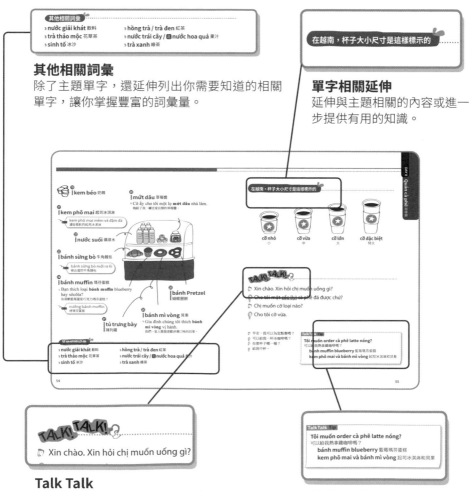

Talk Talk
將單字運用在實際對話例句中，現學現用，馬上就能加深印象，快速記憶單字並得到會話的應用能力。

Talk Talk Tip
練習方法是用一個新單字代入例句或替換一個你已經知道的單字。

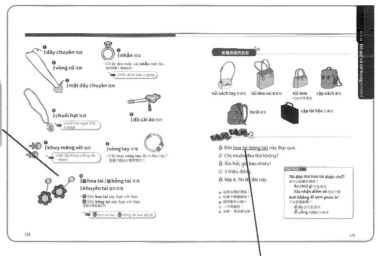

單字、例句呈現

在單字及例句中有出現 北 符號的單字或例句指的是北方的用語及例句；反之若出現 南 符號的話就是南方的單字及例句。

會話呈現

在會話中時若看到「Đôi hoa tai (bông tai) này đẹp quá.」這樣的表現時，指前處有底線的部分是北方的用語，而 ( ) 裡的是南方的用語。

關於錄音

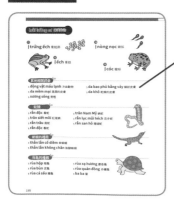

錄音順序說明及如何下載

本書主要單字的部分依編號的順序錄音，「其他相關詞彙」等副單元中未編號的單字部分，大體上以左到右的順序錄音。自書名頁可以下載全書錄音的壓縮檔，解開壓縮檔後，B 開頭的檔案為北音、N 開頭的檔案為南音。

目錄

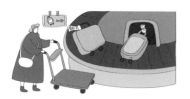

DAY 1 臥室 我的房間裡什麼都有！

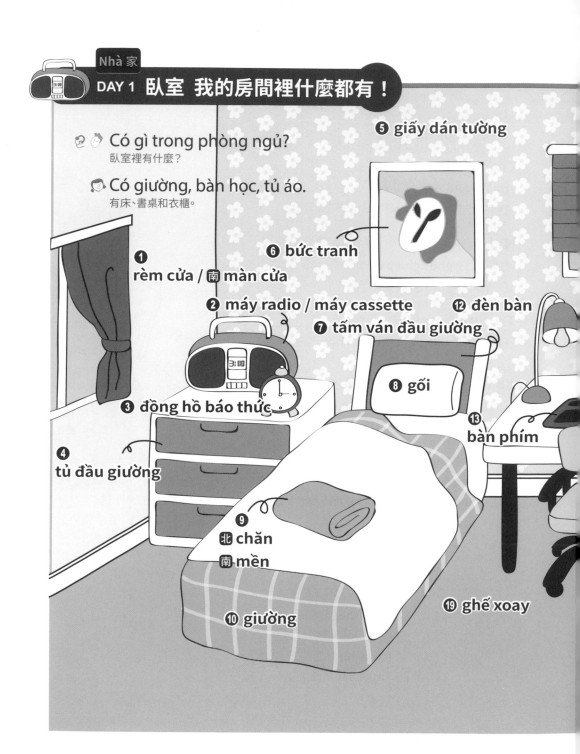

Có gì trong phòng ngủ?
臥室裡有什麼？

Có giường, bàn học, tủ áo.
有床、書桌和衣櫃。

❺ giấy dán tường

❻ bức tranh

❶ rèm cửa / 南 màn cửa

❷ máy radio / máy cassette

❼ tấm ván đầu giường

⓬ đèn bàn

❽ gối

❸ đồng hồ báo thức

⓭ bàn phím

❹ tủ đầu giường

❾ 北 chăn
南 mền

❿ giường

⓳ ghế xoay

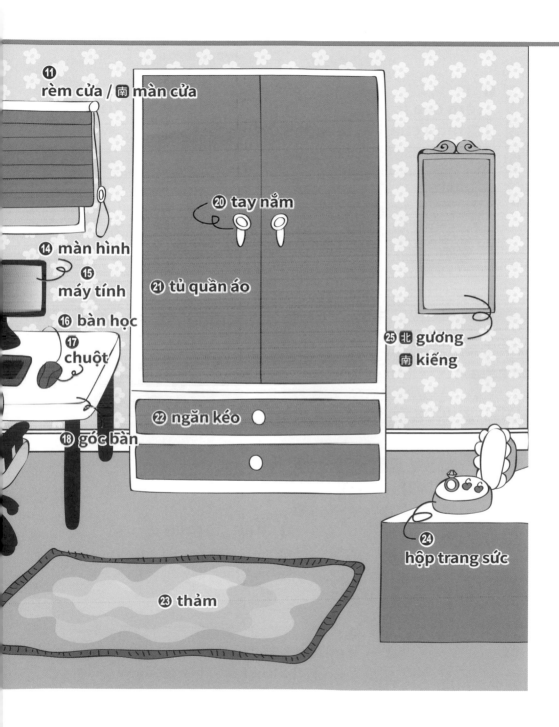

⑪ rèm cửa / 南 màn cửa

⑭ màn hình

⑮ máy tính

⑯ bàn học

⑰ chuột

⑱ góc bàn

⑳ tay nắm

㉑ tủ quần áo

㉒ ngăn kéo

㉓ thảm

㉔ hộp trang sức

㉕ 北 gương
   南 kiếng

❶ rèm cửa / 南 màn cửa 窗簾

◦ Vui lòng đóng **rèm cửa**.
Vui lòng đóng **màn cửa**.
請把窗簾拉上。

❸ đồng hồ báo thức 鬧鐘

đặt đồng hồ báo thức
設定鬧鐘

❷ máy radio / máy cassette 收音機

❺ giấy dán tường 壁紙

❹ tủ đầu giường 床頭櫃

❻ bức tranh 畫（像）

❽ gối 枕頭

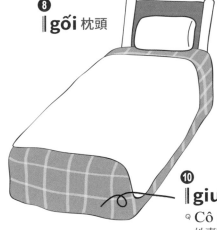

❼ tấm ván đầu giường 床頭板

❾ 北 chăn / 南 mền 毯子

◦ 北 Tấm **chăn** này rất êm.
南 Tấm **mền** này rất êm.
這條毯子很軟。

chăn điện 電熱毯

❿ giường 床

◦ Cô ấy thích đọc sách trên **giường**.
她喜歡在床上看書。

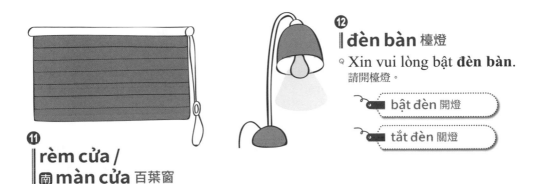

⑫ **đèn bàn** 檯燈

Q Xin vui lòng bật **đèn bàn**.
請開檯燈。

bật đèn 開燈

tắt đèn 關燈

⑪ **rèm cửa /**
南 **màn cửa** 百葉窗

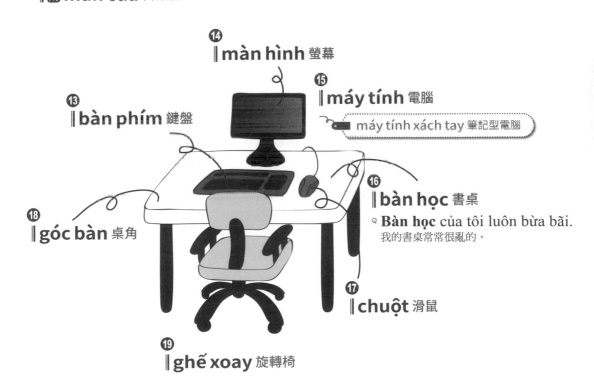

⑭ **màn hình** 螢幕

⑮ **máy tính** 電腦

máy tính xách tay 筆記型電腦

⑬ **bàn phím** 鍵盤

⑯ **bàn học** 書桌

Q **Bàn học** của tôi luôn bừa bãi.
我的書桌常常很亂的。

⑱ **góc bàn** 桌角

⑰ **chuột** 滑鼠

⑲ **ghế xoay** 旋轉椅

⑳ tay nắm 門把

tay nắm tủ áo 衣櫥門把

㉓ thảm 地毯

Tấm **thảm** này của Thổ Nhĩ Kỳ.
這條地毯是來自土耳其的。

㉑ tủ quần áo 衣櫥

Cô ấy đặt áo vào **tủ quần áo**.
她把衣服放進衣櫃裡。

㉔ hộp trang sức 首飾盒

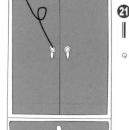

㉒ ngăn kéo 抽屜

㉕ 北 gương / 南 kiếng 鏡子

北 Anh ấy đứng trước **gương**.
南 Anh ấy đứng trên **kiếng**.
他站在鏡子前面。

其他相關詞彙

- **thùng rác** 垃圾桶
- **máy báo khói** 煙霧探測器
- **ghế bập bênh** 搖椅
- **bàn trang điểm** 梳妝台
- **dép đi trong nhà** 室內拖鞋
- **ti vi** 電視
- **ghế bành** 扶手椅

組成一個房子的相關詞彙

- **phòng ngủ** 臥室
- **nhà bếp / 北 phòng bếp** 廚房
- **phòng khách** 客廳
- **tầng hầm** 地下室
- **ban công** 陽台
- **hộp thư** 信箱
- **phòng tắm** 浴室
- **phòng ăn** 餐廳
- **phòng giặt** 洗衣間
- **gác lửng** 閣樓
- **nhà xe / ga-ra** 車庫

在床上使用的寢具

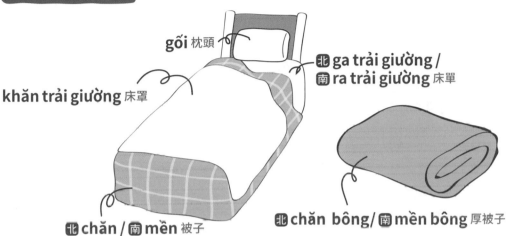

gối 枕頭

北 ga trải giường /
南 ra trải giường 床單

khăn trải giường 床罩

北 chăn / 南 mền 被子

北 chăn bông / 南 mền bông 厚被子

👦 Có gì trong phòng ngủ?

👧 Có giường, bàn học, tủ áo.

👦 Có máy tính không?

👧 Tất nhiên rồi.

👦 臥室裡有什麼？
👧 有床、書桌和衣櫃。
👦 有電腦嗎？
👧 當然有了。

> **TalkTalk Tip**
>
> **Có ti vi trong phòng không?**
> 房間裡有電視嗎？
> **ghế bành** 扶手椅
> **đồng hồ báo thức** 鬧鐘
> **Vâng (Dạ), có. / Không, không có.**
> 是，有的／沒有。

13

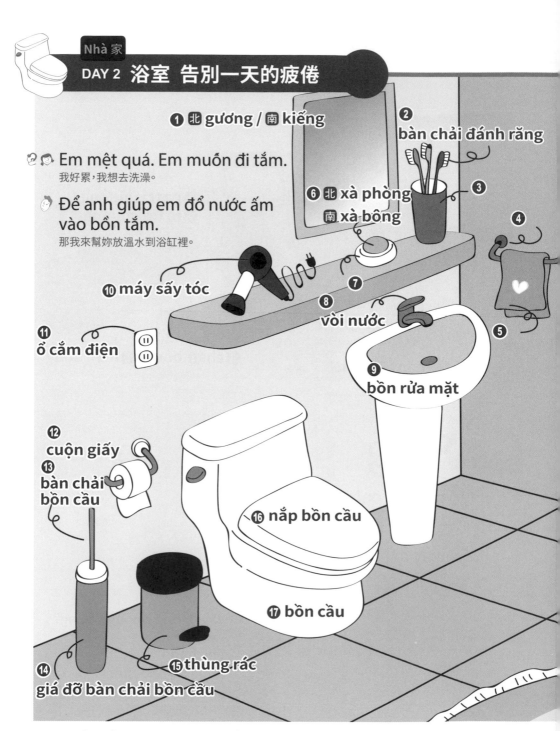

DAY 2 浴室 告別一天的疲倦

❶ 北 gương / 南 kiếng

❷ bàn chải đánh răng

Em mệt quá. Em muốn đi tắm.
我好累，我想去洗澡。

Để anh giúp em đổ nước ấm vào bồn tắm.
那我來幫妳放溫水到浴缸裡。

❻ 北 xà phòng
南 xà bông

❸

❹

❿ máy sấy tóc

❼

❽ vòi nước

❺

❾ bồn rửa mặt

⓫ ổ cắm điện

⓬ cuộn giấy

⓭ bàn chải bồn cầu

⓰ nắp bồn cầu

⓱ bồn cầu

⓮ giá đỡ bàn chải bồn cầu

⓯ thùng rác

❸ 北 cốc súc miệng / 南 ly súc miệng

❹ giá treo khăn   ❺ khăn

❼ hộp đựng xà phòng / 南 hộp đụng xà bông

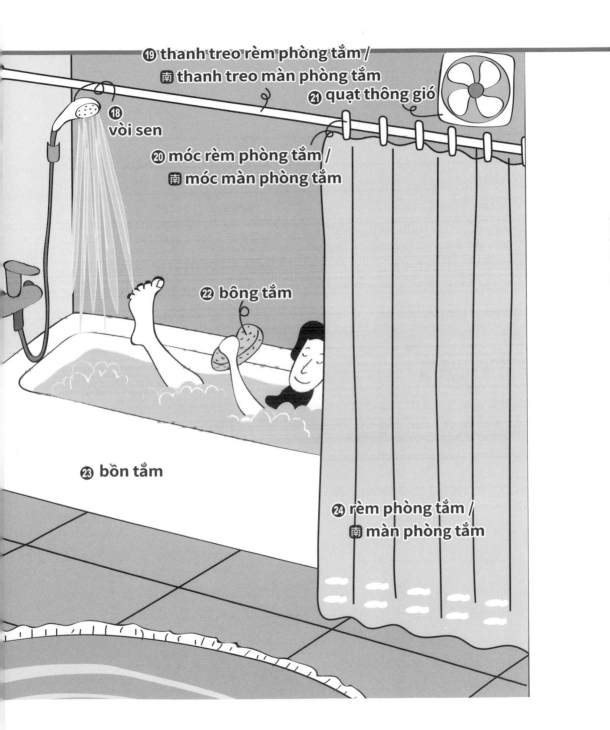

⑲ thanh treo rèm phòng tắm /
㊟ thanh treo màn phòng tắm

㉑ quạt thông gió

⑱ vòi sen

⑳ móc rèm phòng tắm /
㊟ móc màn phòng tắm

㉒ bông tắm

㉓ bồn tắm

㉔ rèm phòng tắm /
㊟ màn phòng tắm

❶
▎北 **gương** /
▎南 **kiếng** 鏡子

❷
▎**bàn chải đánh răng** 牙刷

⚲ 北 Chị ấy đã thấy mình trong **gương**.
　南 Chị ấy đã thấy mình trong **kiếng**.
　她從鏡子裡看到了自己。

❸
▎北 **cốc súc miệng** /
▎南 **ly súc miệng** 漱口杯

⚲ 北 Đừng quên để bàn chải đánh
　　răng vào cốc.
　南 Đừng quên để bàn chải đánh
　　răng vào ly.
　別忘了把牙刷放回杯子裡。

❹
▎**giá treo khăn** 毛巾架

❺
▎**khăn** 毛巾

⚲ Chị ấy đã lau khô tóc bằng khăn.
　她用毛巾擦乾濕頭髮。

❻
▎北 **xà phòng** / 南 **xà bông** 肥皂

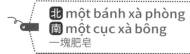

▎北 một bánh xà phòng
▎南 một cục xà bông
一塊肥皂

❽
▎**vòi nước** 水龍頭

❼
▎北 **hộp đựng xà phòng** /
▎南 **hộp đựng xà bông**
肥皂盆

❾
▎**bồn rửa mặt** 洗臉盆、洗手台

▎Vui lòng vệ sinh sẽ bồn rửa mặt.
請把洗臉台清潔乾淨。

⑩ máy sấy tóc 吹風機

Xin cẩn thận khi dùng **máy sấy tóc** trong phòng tắm.
在浴室裡使用吹風機時要小心。

⑪ ổ cắm điện 電源插座

⑫ cuộn giấy 捲筒衛生紙

⑬ bàn chải bồn cầu 馬桶刷

⑮ thùng rác 垃圾桶

Thùng rác đầy rác.
垃圾桶滿了垃圾。

⑭ giá đỡ bàn chải bồn cầu 馬桶刷架

⑯ nắp bồn cầu 馬桶蓋

Xin đậy **nắp bồn cầu** trước khi dội nước.
在沖洗之前請把馬桶蓋蓋上。

⑰ bồn cầu 馬桶

Chị ấy dội nước **bồn cầu** và trở về phòng ngủ.
她將馬桶沖完水後就走回臥室。

17

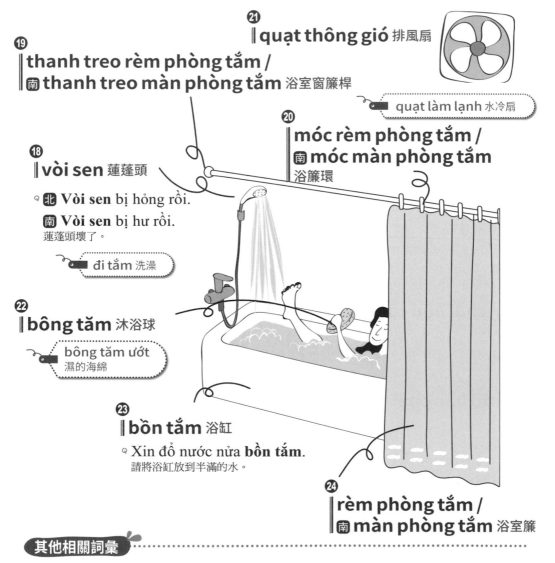

㉑ quạt thông gió 排風扇

⑲ thanh treo rèm phòng tắm /
⑲ 南 thanh treo màn phòng tắm 浴室窗簾桿

quạt làm lạnh 水冷扇

⑳ móc rèm phòng tắm /
南 móc màn phòng tắm 浴簾環

⑱ vòi sen 蓮蓬頭

○ 北 **Vòi sen** bị hỏng rồi.
南 **Vòi sen** bị hư rồi.
蓮蓬頭壞了。

đi tắm 洗澡

㉒ bông tắm 沐浴球

bông tắm ướt
濕的海綿

㉓ bồn tắm 浴缸

○ Xin đổ nước nửa **bồn tắm**.
請將浴缸放到半滿的水。

㉔ rèm phòng tắm /
南 màn phòng tắm 浴室簾

其他相關詞彙

- **bàn chải đánh răng tự động** 電動牙刷
- **thảm chống trượt** 浴室止滑墊
- **ống nước thải** 排水管
- **北 điều hoà /** 南 **máy lạnh** 冷氣
- **dụng cụ vệ sinh ống nước** 水管清潔工具
- **北 thảm nhựa /** 南 **thảm cao su** 橡膠墊
- **cái cân** 秤子
- **dầu gội đầu** 洗髮精
- **sữa tắm** 沐浴乳
- **sữa dưỡng thể** 身體乳液

各種用途的毛巾名稱

khăn lau tay
擦手巾

khăn lau mặt
洗臉巾

khăn tắm
浴巾

Em mệt quá. Em muốn đi tắm.

Để anh giúp em đổ nước ấm vào bồn tắm.

Cám ơn anh.

Em đừng quên bật quạt thông gió khi tắm nhé.

Dạ, em biết rồi.

我好累。我想去洗澡。
那我來幫妳放溫水到浴缸裡。
謝謝你。
妳洗澡時別忘了要打開通風扇呀！
好的，我知道了。

TalkTalk Tip

Tôi phải đi nhà vệ sinh. 我要去洗手間。
　　phải rửa mặt. 要洗臉
　　phải đánh răng. 要刷牙
　　phải gội đầu. 要洗頭髮

DAY 3 廚房 美味的週末！今天我是大廚師！

Hôm nay em nấu món gì?
今天妳煮什麼菜？

Em đang nấu mì Ý, anh có thể lấy giúp em rau mùi tây trên giá để hộp gia vị không?
我正在煮義大利麵。你可以從調味料架上拿香芹給我嗎？

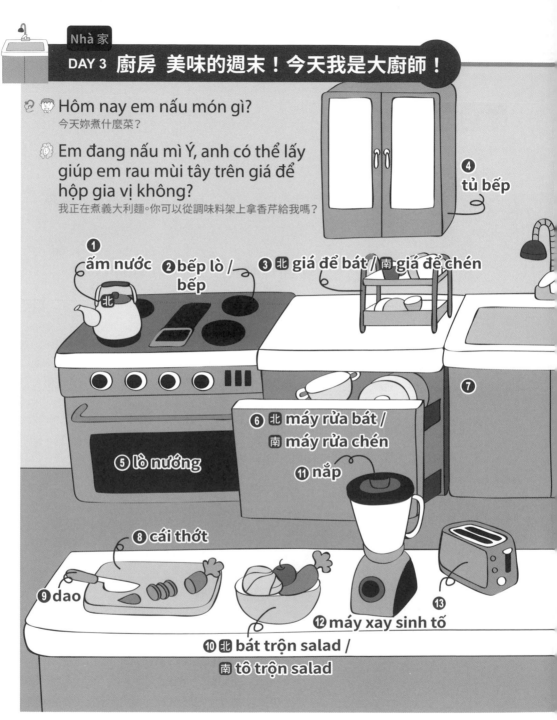

④ tủ bếp

① ấm nước ② bếp lò / bếp ③ 北 giá để bát / 南 giá để chén

⑥ 北 máy rửa bát / 南 máy rửa chén

⑤ lò nướng

⑪ nắp

⑧ cái thớt

⑨ dao

⑫ máy xay sinh tố

⑬

⑩ 北 bát trộn salad / 南 tô trộn salad

❼ 北 bồn rửa bát / 南 bồn rửa chén
⑬ lò nướng bánh mì

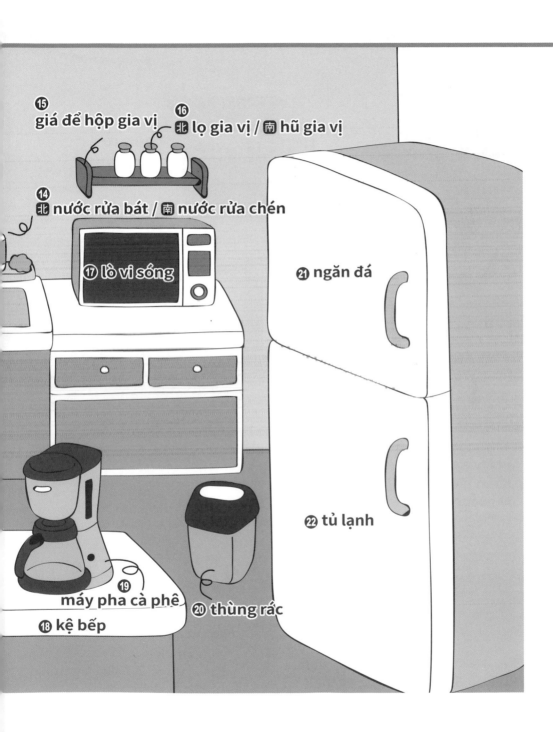

⑮ giá để hộp gia vị

⑯ 北 lọ gia vị / 南 hũ gia vị

⑭ 北 nước rửa bát / 南 nước rửa chén

⑰ lò vi sóng

㉑ ngăn đá

㉒ tủ lạnh

⑲ máy pha cà phê

⑳ thùng rác

⑱ kệ bếp

❶ ấm nước 茶壺、熱水壺

> **ấm điện** 電熱水壺

❷ bếp lò 火爐

bếp 爐子

❺ lò nướng 烤箱

> **làm nóng lò nướng** 預熱烤箱

❹ tủ bếp 廚櫃

> **mặt trước tủ bếp làm bằng kính** 櫥櫃門前面是玻璃做的。

❸ 北 giá để bát / 南 giá để chén 碗盤架

🗨 北 Anh có thể lấy giúp tôi một cái cộc trên **giá để bát** không?
南 Anh có thể lấy giúp tôi một cái ly trên **giá để chén** không?
你可以從碗盤架上拿一個杯子給我嗎？

❻ 北 máy rửa bát / 南 máy rửa chén 洗碗機

🗨 北 Xin đặt đĩa bẩn vào **máy rửa bát**.
南 Xin đặt dĩa vào **máy rửa chén**.
請把髒盤子放入洗碗機裡。

❼ 北 bồn rửa bát / 南 bồn rửa chén 水槽

🗨 北 Có rất nhiền đĩa chất trong **bồn rửa bát**.
南 Có rất nhiền dĩa chất trong **bồn rửa chén**.
有很多盤子堆在水槽裡。

⑧ cái thớt 砧板

⑨ dao 刀子

○ Em phải cẩn thận khi sử dụng **dao**.
當你使用刀子時請小心。

⑩ 北 bát trộn salad /
南 tô trộn salad 沙拉碗

○ 北 Xin cho rau vào **bát trộn salad**.
南 Xin anh cho rau vào **tô trộn salad**.
請你把蔬菜放在沙拉碗裡。

⑪ nắp 蓋子

⑬ lò nướng bánh mì 烤麵包機

⑫ máy xay sinh tố 果汁機

⑭ 北 nước rửa bát /
南 nước rửa chén 洗碗精

dung dịch tẩy rửa
液體清洗精

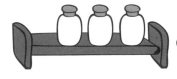

⑮ giá để hộp gia vị 調味料架

⑯ 北 lọ gia vị / 南 hũ gia vị 調味料罐

○ 北 Có rất nhiều **lọ gia vị** trên giá.
南 Có rất nhiền **hũ gia vị** trên giá.
架子上有很多調味料罐。

⓱ lò vi sóng 微波爐

🔍 Em có thường sử dụng **lò vi sóng** không?
你有常使用微波爐嗎？

⓳ máy pha cà phê 咖啡機

⓲ kệ bếp 廚房置物架

⓴ thùng rác 垃圾桶

㉑ ngăn đá 冷凍庫

🔍 Món này cần được bảo quản trong **ngăn đá**.
這道菜需要冰在冷凍庫裡。

㉒ tủ lạnh 冰箱

🔍 Không có gì trong **tủ lạnh**.
冰箱裡面什麼都沒有。

🏷️ **tủ lạnh đầy ắp** 放滿東西的冰箱

其他相關詞彙

- **xử lý rác thải thực phẩm** 處理廚餘
- 北 **giẻ lau bát đĩa** / 南 **giẻ lau chén dĩa** 擦碗布
- **giá treo khăn giấy** 紙巾架
- **bàn ăn** 餐桌
- **cối xay** （越南傳統廚房裡的）石磨
- **nhà bếp** 廚房

- **nồi** 鍋子
- **chảo** 平底鍋
- **bộ** 套
- **gia vị** 調味料
- **găng tay nhà bếp** 隔熱手套

餐具擺放規則

＊在 Phòng ăn（飯廳）招待客人或在一些特殊日子裡，餐桌上用餐的餐具擺放規則如下：

北 **đĩa và thìa dùng cho món tráng miệng**
南 **nĩa và muỗng dùng cho món tráng miệng**
用甜點的叉子和湯勺

北 **đĩa đựng bánh mì**
南 **đĩa dùng để bánh mì**
麵包盤

北 **đĩa salad** / 南 **nĩa salad**
沙拉叉

北 **đĩa dùng cho món chính**
南 **nĩa dùng cho món chính**
主餐叉

ly rượu 酒杯

北 **thìa ăn súp**
南 **muỗng ăn súp**
濃湯勺

dao dùng cho món chính
主餐刀

😊 Hôm nay em nấu món ăn gì?

😊 Đang nấu mì Ý. Anh có thể lấy giúp em rau mùi tây trên giá để hộp gia vị không?

😊 Đây em.

😊 Cảm ơn anh. Khoảng 10 phút nữa là xong.

😊 今天煮什麼菜？
😊 在煮義大利麵。你可以從調味料架上拿香芹給我嗎？
😊 好的，給妳。
😊 謝謝。大概再10分鐘後就會煮好。

TalkTalk Tip

Mang nước giúp tôi được không?
可以拿水給我嗎？

khăn giấy 面紙、紙巾
北 **đĩa** / 南 **đĩa** 盤子
北 **thìa** / 南 **muỗng** 湯匙

25

DAY 4 客廳 我每一年的活動～大！掃！除！

Em đang làm gì đấy?
妳在做什麼？

Em đang dọn vệ sinh phòng khách.
我在打掃客廳。

① tranh

② tường

③ đèn bàn

④ kệ lò sưởi âm tường

⑤ lò sưởi âm tường

⑥ sàn

⑦ ghế bập bênh

⑧ cửa sổ

⑨ rèm cửa / 南 mạn cửa

⑩ cây cảnh

⑪ chậu hoa

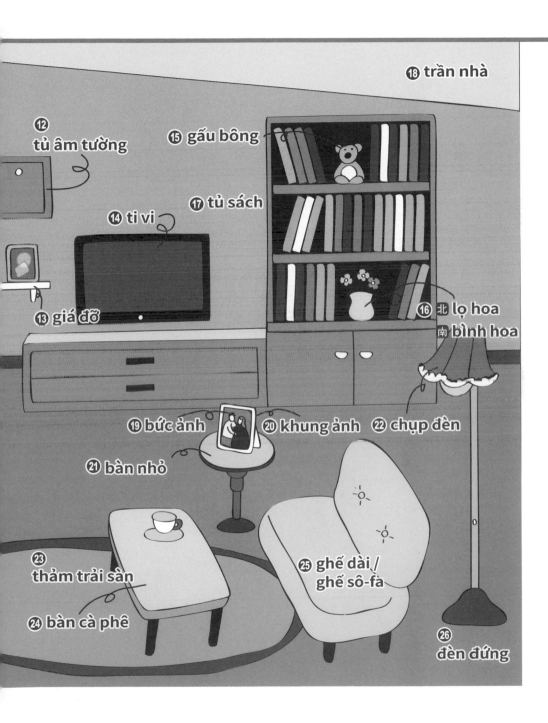

⑱ **trần nhà**

⑫ **tủ âm tường**

⑮ **gấu bông**

⑰ **tủ sách**

⑭ **ti vi**

⑬ **giá đỡ**

⑯ 北 **lọ hoa**
南 **bình hoa**

⑲ **bức ảnh**   ⑳ **khung ảnh**   ㉒ **chụp đèn**

㉑ **bàn nhỏ**

㉓ **thảm trải sàn**

㉕ **ghế dài /
ghế sô-fa**

㉔ **bàn cà phê**

㉖ **đèn đứng**

❶ tranh 畫（像）

🔊 Tôi thích bức **tranh** kia.
我喜歡那幅畫。

🏷 tranh sơn dầu 油畫

❷ tường 牆壁

🔊 Có nhiều tranh treo trên **tường**.
牆壁上掛很多圖畫。

❸ đèn bàn 檯燈

🔊 北 Cô ấy đã bật **đèn bàn**.
　 南 Cô ấy đã mở **đèn bàn**.
她已經把檯燈打開。

🏷 đèn dầu 油燈

❹ kệ lò sưởi âm tường
壁爐架

❺ lò sưởi âm tường
壁爐

🔊 Phòng khách nhà anh **có lò sưởi âm tường** không?
你的客廳裡有壁爐嗎？

🏷 tường gạch / lò sưởi đá cẩm thạch
磚牆／大理石壁爐

❻ sàn 地板

🏷 lau sàn bằng cây lau nhà
用拖把拖地板。

❼ ghế bập bênh 搖椅

⑩ ‖cây cối 樹木

◦ Sở thích của anh ấy là trồng cây.
他的愛好是種樹。

> trồng cây 種樹

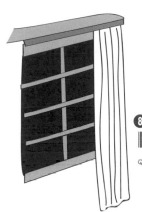

⑧ ‖cửa sổ 窗戶

◦ Bạn có thể mở **cửa sổ** được chứ?
你可以打開窗戶嗎？

⑪ ‖chậu hoa 花盆

> đi ngắm hàng 逛櫥窗

⑨ ‖rèm cửa / 南 **mạn cửa** 窗簾

◦ Cô ấy mở **rèm cửa**.
　南 Cô ấy mở **mạn cửa**.
她打開了窗簾。

⑫ ‖tủ âm tường
（上牆式）收納櫃

⑬ ‖giá đỡ 架子

> tủ sách của thư viện 圖書館的書架

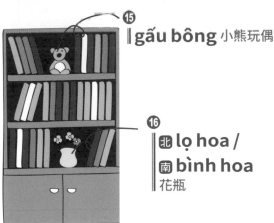

⑮ ‖gấu bông 小熊玩偶

⑯ ‖ 北 **lọ hoa /**
　南 **bình hoa**
‖花瓶

⑭ ‖ti vi 電視

⑰ ‖tủ sách 書櫃

◦ Có nhiều sách trong **tủ sách**.
書櫃裡有很多書。

29

⓲ trần nhà 天花板

🔍 Bạn thích phòng có trần cao không?
你喜歡有天花板高的房間嗎？

⓳ bức ảnh 相片

ảnh đen trắng 黑白照片

từ trần đến sàn 從天花板到地板。

⓴ khung ảnh 相框

㉑ bàn nhỏ 茶几

㉒ chụp đèn 燈罩

㉓ thảm trải sàn 地毯

thảm phương đông 東方式地毯

㉕ ghế dài 長椅
ghế sô-fa 沙發

㉔ bàn cà phê 咖啡桌

㉖ đèn sàn 立燈

北 bật đèn điện
南 mở đèn
開燈

其他相關詞彙

- **hệ thống âm thanh nổi** 立體音響系統
- **vách ngăn lò sưởi âm tường** 壁爐
- **gối tựa lưng** 墊背枕
- **thùng rác** 垃圾桶
- **ghế có lưng tựa** 躺椅

- **loa** 喇叭
- **thảm** 地毯
- **tủ sách** 書櫃
- **giá để tạp chí** 書報雜誌架

壁爐相關的單字

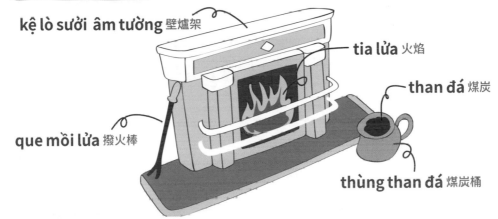

kệ lò sưởi âm tường 壁爐架

tia lửa 火焰

than đá 煤炭

que mồi lửa 撥火棒

thùng than đá 煤炭桶

bên cạnh lò sưởi 壁爐的旁邊

Em đang làm gì đấy?

Em đang dọn vệ sinh phòng khách.

Có cần anh giúp gì không?

Anh giúp em tưới nước cho cây được chứ?

Được chứ.

妳正在做什麼？
我在打掃客廳。
那我可以幫什麼忙嗎？
請你幫我澆樹可以嗎？
可以啊！

TalkTalk Tip

Tôi đang xem ti vi. 我正在看電視。
　đang đọc sách 正在看書
　đang chuẩn bị bữa tối 正在煮晚餐

31

23,135.53
219.35
789.89
26,995.00

❶ tỷ giá

❷ nhân viên tư vấn cho vay

❹ nhân viên ngân hàng

❺ sổ ngân hàng

❼ giấy rút tiền

❸ quầy tư vấn cho vay

❻ thẻ tín dụng / thẻ thanh toán mặt

❾ séc du lịch / chi phiếu du lịch

❽

⓫

❽ séc / chi phiếu
⓫ tủ sắt an toàn / két sắt an toàn

Xin chào. Tôi có thể giúp gì cho anh?
您好。我可以幫您什麼忙呢？

Tôi muốn mở tài khoản.
我想開立一個帳戶。

⑫ máy rút tiền tự động

⑩ tủ sắt / két sắt

⑬ khách hàng

⑭ giấy gửi tiền

⑮ nhân viên an ninh / nhân viên bảo vệ

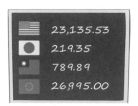

❷ ‖nhân viên tư vấn cho vay 貸款顧問
  ◦ Nhân viên tư vấn cho biết tiền lãi là
  quan trọng nhất.
  貸款顧問告知我，貸款最重要的是貸款利率。

❶ ‖tỷ giá 匯率

tỷ giá biến động 匯率變動

❹ ‖nhân viên ngân hàng
銀行櫃員

  ◦ **Nhân viên ngân hàng** cần tốc độ
  nhanh và chính xác.
  當銀行櫃員需要快速和準確。

❸ ‖quầy tư vấn cho vay
貸款諮詢櫃檯

❺ ‖sổ ngân hàng
銀行存摺

  ◦ Cần bảo quản **sổ ngân hàng** nơi
  an toàn.
  銀行存摺應該保管在安全的地方。

kiểm tra sổ ngân hàng
檢查銀行存摺

❻ ‖thẻ tín dụng 信用卡

‖thẻ thanh toán 金融卡
  ◦ **Thẻ tín dụng** của bạn đã hết hạn rồi.
  你的信用卡過期了。

❼ ‖giấy rút tiền 提款單
  ◦ Nhân viên ngân hàng đã xác nhận chữ kí trong **giấy rút tiền**.
  銀行櫃員確認了提款單上的簽名。

đã kí tên trên giấy rút tiền 已在提款單上簽名

⑧ séc / chi phiếu 支票

⨪ Anh ấy đã cho tôi 2 triệu đồng bằng **chi phiếu**.
他給了我200萬越南盾的支票。

> **đổi ngân phiếu ra tiền mặt**
> 將支票兌換成現金。

⑨ séc du lịch / chi phiếu du lịch 旅行支票

⨪ Ở đây có thể đổi **chi phiếu du lịch** ra tiền mặt chứ?
這裡可以把旅行支票兌換成現金嗎？

⑩ tủ sắt
két sắt 鐵櫃

⨪ Đa số tiền được bảo quản trong **tủ sắt** ngân hàng.
大部分的錢都保管在銀行鐵櫃裡。

⑪ tủ sắt an toàn
két sắt an toàn 保險鐵櫃

⨪ Bạn có thể thuê ngân hàng **tủ sắt an toàn** để bảo quản đồ quý giá.
你可以在銀行租一個保險鐵櫃來保管貴重物品。

> **Tủ sắt toàn bị trộm**
> 保險鐵櫃遭竊。

⑫ máy rút tiền tự động 自動提款機

⨪ ATM còn được gọi là máy rút tiền tự động.
ATM 還可以稱做自動提款機。

> **rút tiền ở máy rút tiền**
> 用自動提款機提錢。

⑬ khách hàng 顧客

⓮ giâý gửi tiền 存款單

🔊 Anh vui lòng điền vào **giấy gửi tiền**.
請你填寫這張存款單。

⓯ nhân viên an ninh 保安人員

nhân viên bảo vệ 警衛人員

🔊 **Nhân viên an ninh** bảo đảm an toàn cho khách hàng và ngân hàng.
保安人員確保客戶與銀行的安全。

 nhân viên bảo vệ ban đêm 夜間警衛人員

其他相關詞彙

- **gửi tiền** 匯款、存款
- **đổi chi phiếu ra tiền mặt** 將支票兌換成現金
- **nhận chi phiếu du lịch** 收旅行支票
- **rút tiền** 提錢
- **mở tài khoản** 開戶
- **đăng ký vay** 申請貸款

主要國家貨幣

國家名	貨幣	標記法
越南	越盾	VND
臺灣	台幣	TWD
美國	美元	USD
日本	日元	JYP
中國	人民幣	CNY
歐元區國家	歐元	EUR
英國	英鎊	GBP
香港	港元	HKD
加拿大	加拿大元	CAD

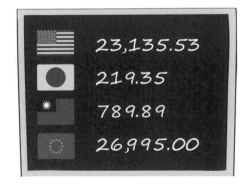

23,135.53

219.35

789.89

26,995.00

一般越南銀行存款的類型

tiền gửi thường 普通存款
這種存款類似於台灣的銀行提存款帳戶。

tiền gửi vãng lai 活期存款
你必須在帳戶裡面維持一定金額才能使用個人支票。
當你開立帳戶時，銀行還會免費發給你一本支票簿。

🧑‍🦰 Xin chào. Tôi có thể giúp gì cho anh?

🧑 Tôi muốn mở tài khoản.

🧑‍🦰 Anh vui lòng điền vào hồ sơ này và cho tôi mượn chứng minh thư.

🧑 Tôi biết rồi.

🧑‍🦰早安。請問有什麼需要我幫忙的嗎？
🧑 我想開立一個帳戶。
🧑‍🦰請填寫這份文件並借我您的身分證件。
🧑 好的，我知道了。

TalkTalk Tip

Tôi muốn đặt bàn cho hai người.
我想訂一張兩個人的餐桌。
phòng trọ một đêm
預約一晚住宿

37

❻ phòng khám bệnh

❺ 北 đau đầu /
南 nhức đầu

🔍 Xin hỏi, triệu chứng thế nào?
你的症狀是什麼？

Tôi đau họng.
我喉嚨痛。

❶ y tá

❸ 北 đau lưng /
南 nhức lưng

❼ 北 đau răng /
南 nhức răng

❷ hồ sơ bệnh án
/ lịch sử điều trị

❹ bệnh nhân

❿ 北 bỏng
南 phỏng

❽ viêm họng

❾ 北 vết thương
do côn trùng đốt /
南 vết thương do
côn trùng cắn

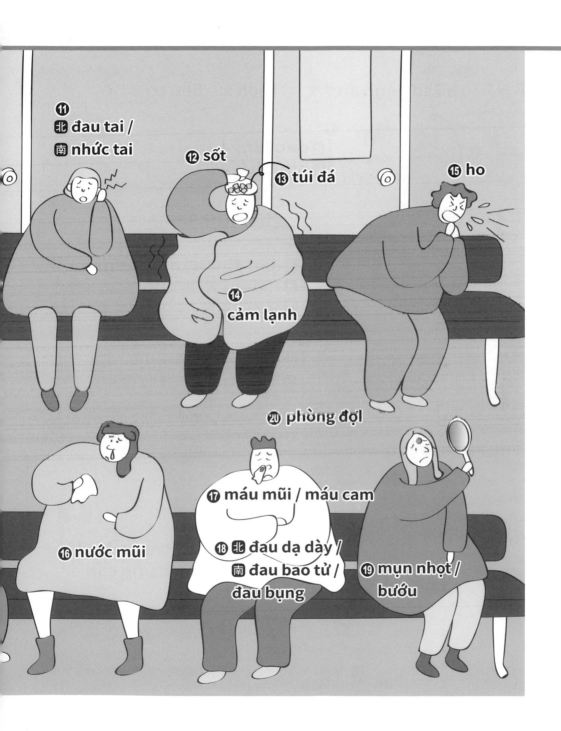

⑪ 北 đau tai / 南 nhức tai

⑫ sốt

⑬ túi đá

⑭ cảm lạnh

⑮ ho

⑳ phòng đợi

⑯ nước mũi

⑰ máu mũi / máu cam

⑱ 北 đau dạ dày / 南 đau bao tử / đau bụng

⑲ mụn nhọt / bướu

❶ ‖ y tá 護士

❷ ‖ hồ sơ bệnh án 病歷

‖ lịch sử điều trị 病歷表

❸ ‖ 北 đau lưng /
‖ 南 nhức lưng 腰痛

❹ ‖ bệnh nhân 病人

❺ ‖ 北 đau đầu / 南 nhức đầu 頭痛
　北 Hôm nay tôi **đau đầu** suốt cả ngày.
　南 Hôm nay tôi **nhức đầu** suốt cả ngày.
　我今天頭痛一整天。

❼ ‖ 北 đau răng / 南 nhức răng 牙齒痛
　北 Nếu anh bị **đau răng** phải đi khám
　nha khoa.
　南 Nếu anh bị **nhức răng** phải đi khám
　nha khoa.
　如果你牙齒痛，你應該去看牙醫。

❻ ‖ phòng khám bệnh
診療室

❽ ‖ viêm họng 喉嚨發炎

gây viêm họng
造成喉嚨發炎

❾ ‖ 北 vết thương do côn trùng đốt /
‖ 南 vết thương do côn trùng cắn
昆蟲傷口
　北 Trên tay có **vết thương do côn trùng đốt**.
　南 Trên tay có **vết thương do côn trùng cắn**.
　手臂上有昆蟲叮咬的傷口。

北 thuốc bôi dùng cho vết thương do côn trùng đốt
南 thuốc bôi dùng cho vết thương do côn trùng cắn.
昆蟲叮咬的藥膏

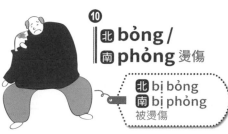

⑩ 北 **bỏng** /
南 **phỏng** 燙傷

北 **bị bỏng**
南 **bị phỏng**
被燙傷

⑪ 北 **đau tai** / 南 **nhức tai**
耳朵痛

chứng đau tai 耳朵痛的症狀

⑫ **sốt** 發燒

sốt cao 高燒

⑬ **túi đá** 冰袋

⑭ **cảm lạnh** 畏寒

◦ Nếu bạn sốt cao có thể bạn sẽ bị **cảm lạnh**.
如果你有發高燒，可能就會畏寒。

⑮ **ho** 咳嗽

◦ Phải làm thế nào để đừng cơn **ho** ban đêm?
晚上要怎麼做才能止咳？

ho nặng 嚴重咳嗽

⑰ **máu mũi** （外傷造成的）鼻血

máu cam （內疾造成的）鼻血

chảy máu mũi 流鼻血

⑯ **nước mũi** 流鼻涕

◦ **Nước mũi** phân tán sự tập trung.
流鼻涕會讓人分心。

41

⑲

‖**mụn nhọt** 丘疹

‖**bướu** 腫塊

> **mụn nhọt dị ứng** 過敏丘疹

⑱

‖北 **đau dạ dày /**
‖南 **đau bao tử** 胃痛

‖**đau bụng** 腹痛、肚子痛

- Hầu hết mọi người từng bị **đau bụng** một lần.
  幾乎每個人至少曾有過一次腹痛。

⑳

‖**phòng đợi** 候診室

- Có nhiều bệnh nhân trong **phòng đợi**.
  候診室有很多病人。

其他相關詞彙

- **mụn nước** 水泡
- **nhiễm** 感染
- **tiêu chảy** 拉肚子
- **thở gấp** 氣踹
- **mủ** 膿
- **nấc** 打嗝
- **tức ngực** 胸悶
- **mụn cóc** 疣
- **sâu răng** 蛀牙
- **co giật / chuột rút** 抽搐／抽筋
- **mỏi cổ** 頸部酸痛
- **cảm** 感冒

介紹主治醫生名稱

- **bác sĩ nội khoa** 內科醫師
- **bác sĩ khoa sản** 產科醫師
- **chuyên gia tim mạch** 心臟病專家
- **người kiểm tra thị lực** 驗光師
- **bác sĩ nha khoa** 牙科醫師
- **bác sĩ nhi** 小兒科醫師
- **bác sĩ phụ sản** 婦科醫師
- **bác sĩ ngoại khoa** 外科醫師
- **bác sĩ khoa thần kinh** 神經科醫師

đau, nhức 是「痛、酸痛」的意思，與身體部位名稱結合使用便可說明症狀。

北 **đau** 痛 ＋

| đầu 頭 |
| tai 耳朵 |
| răng 牙齒 |
| bụng 腹 |
| lưng 背 |

＝

đau đầu 頭痛
đau tai 耳朵痛
đau răng 牙齒痛
đau bụng 腹痛
đau lưng 背痛

南 **nhức** 痛 ＋

| đầu 頭 |
| tai 耳朵 |
| răng 牙齒 |
| bụng 腹 |
| lưng 背 |

＝

nhức đầu 頭痛
nhức tai 耳朵痛
nhức răng 牙齒痛
đau bụng 腹痛
nhức lưng 背痛

🗣 Xin hỏi, triệu chứng thế nào?

😷 Tôi bị đau họng.

🗣 Thế à, tôi sẽ đo nhiệt độ cho anh.

TalkTalk Tip

Chảy nước mũi. 流鼻涕
Tai đau. 耳朵痛
Bị cảm nặng. 嚴重感冒

🗣 你的症狀是什麼？

😷 我喉嚨痛。

🗣 好，我會量一下你的體溫。

DAY 7 飯店 在國外住宿時一定要知道的一些訣竅！

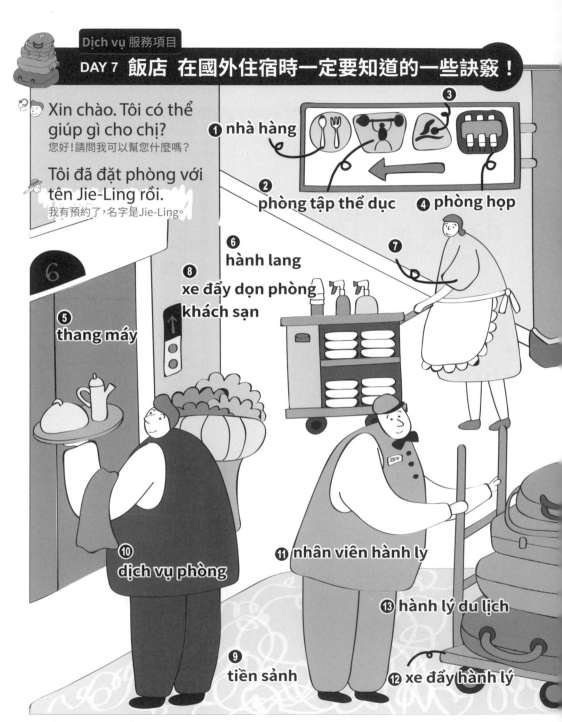

Xin chào. Tôi có thể giúp gì cho chị?
您好！請問我可以幫您什麼嗎？

Tôi đã đặt phòng với tên Jie-Ling rồi.
我有預約了，名字是Jie-Ling。

❶ nhà hàng

❷ phòng tập thể dục

❹ phòng họp

❻ hành lang

❽ xe đẩy dọn phòng khách sạn

❺ thang máy

6

⓵⓪ dịch vụ phòng

⓵⓵ nhân viên hành ly

⓵⓷ hành lý du lịch

❾ tiền sảnh

⓵⓶ xe đẩy hành lý

❸ hồ bơi / 北 bề bơi

❼ nhân viên dọn phòng khách sạn

44

⑭ cửa hàng quà lưu niệm

⑮ khách hàng / khách trọ

⑯ chìa khóa phòng

⑰ bàn hướng dẫn

⑱ nhân viên lễ tân

❶ nhà hàng 餐廳

∘ Chúng ta sẽ ăn tối ở **nhà hàng**.
我們會在餐廳享用晚餐。

> nhà ăn hỗn tạp 混雜擁擠的餐廳

❷ phòng tập thể dục 健身房

∘ Tất cả khách đều có thể dùng **phòng tập thể dục**.
所有客人都可以使用健身房。

❹ phòng họp 會議室

∘ Chúng tôi cung cấp đa dạng các loại **phòng họp**.
我們提供各種不同的會議室。

> Có thể đặt chỗ phòng họp.
> 可以預約會議室

❸ hồ bơi / 北 bể bơi 游泳池

> hồ bơi ngoài trời 室外游泳池

❺ thang máy 電梯

∘ Chúng tôi đã đi **thang máy** đến sảnh đợi.
我們搭乘電梯到交誼廳。

❼ nhân viên dọn phòng khách sạn 房務人員

❻ hành lang 走廊

∘ Đừng chạy ở **hành lang**.
不要在走廊上亂跑。

❽ xe đẩy dọn phòng khách sạn 房務車

❾ tiền sảnh 大廳

Cô ấy đang đợi bạn ở **tiền sảnh**.
她在大廳等她的朋友。

 lối vào tiền sảnh 大廳入口

❿ dịch vụ phòng
客房服務

⓬ xe đẩy hành lý
行李推車

 xe chất đầy hành lý
載滿行李的推車

⓫ nhân viên hành lý 行李員

nhân viên mang vác hành lý đã đem hành lí của tôi vào phòng.
行李搬運員把我的行李送到我的房間。

 nhân viên mang vác hành lý tử tế 親切的行李搬運員

⓭ hành lý du lịch
旅行行李

⓮ cửa hàng quà lưu niệm
紀念品店

❶❺ ‖khách hàng 客人　　　‖**khách trọ** 住客

Khách của khách sạn có thể uống nước giải khát miễn phí ở quầy bar.
飯店的客人可以在吧檯享用免費飲料。

danh sách khách hàng 客人名單

❶❻ ‖chìa khóa phòng 房間鑰匙

Tôi có thể nhận chìa khóa phòng còn lại không?
我可以再要另一把房間的鑰匙嗎？

để chìa khóa trong phòng 把鑰匙放在房間裡

❶❼ ‖bàn hướng dẫn 接待服務櫃檯

Nếu có vấn đề thì xin liên lạc **bàn hướng dẫn** khách sạn.
如果有任何問題，請聯繫飯店接待服務櫃檯。

❶❽ ‖nhân viên lễ tân 櫃檯接待人員

nhiệm vụ của nhân viên lễ tân
櫃檯接待人員的職責

其他相關詞彙

- **bảo vệ** 警衛
- **phòng khách** 客房
- **giường cỡ lớn** 加大雙人床
- **hoá đơn thanh toán** 收據
- 北**người đỗ xe thay** / **người đậu xe thay** / 南**valet parking** 代客泊車員

- **giường đơn** 單人床
- **tiền quá hạn** 過期延遲費
- **cửa chính** 正門

入住飯店時一定要知道的一些事情

tiền cọc 保證金
依飯店的不同，有一些飯店在你辦理入住手續時會收取保證金，然後在你退房時會將這筆保證金歸還給你。

bộ đồ dùng một lần 一次性日用品
為飯店的客人提供每天或每隔一天更換各種新的日用品便利設施。

dịch vụ phòng 客房服務
如果你因為晚起而錯過早餐時間，我們可以為你提供客房服務點餐。

TALK! TALK!

Xin chào. Tôi có thể giúp gì cho chị?

Tôi đã đặt phòng với tên Jie-Ling rồi.

Chị có thể đánh vần tên chị được không?

Dạ. J-I-E-L-I-N-G.

您好！請問我可以幫您什麼嗎？
我有預約了，名字是 Jie-Ling。
可以告訴我您的大名是怎麼拼嗎？
可以的。J-I-E-L-I-N-G！

TalkTalk Tip

Đã đặt phòng với tên Frank.
我有預約了，名字是法蘭克。

49

Xin chào. Xin hỏi chị muốn uống gì?
您好,請問您要喝什麼呢?

Cho tôi một <u>cốc (ly)</u> cà phê đá?
可以給我一杯冰咖啡嗎?

❶ nhân viên
pha chế cà phê

❷ máy tính tiền

❸ khách hàng

❹ quầy thu ngân

❺ bàn

❻ ghế

⑦ thực đơn
⑧ cà phê espresso
⑨ cà phê cappuccino
⑩ cà phê americano
⑪ cà phê mocha
⑫ cà phê latte
⑬ cà phê flat white
⑭ máy pha cà phê
⑮ đường
⑯ giấy bọc ly cà phê
⑰ que khuấy cà phê
⑱ ống hút
⑲ kem béo
⑳ mứt dâu
㉑ kem phô mai
㉒ nước suối
㉗ tủ trưng bày
㉓
㉔ bánh muffin
㉕ bánh mì vòng
㉖ bánh pretzel

sugar

㉒ nước suối
㉓ bánh sừng bò

❶ nhân viên pha chế cà phê 咖啡師
- Tôi thích cà phê được nhân viên kia pha.
  我喜歡那位店員泡的咖啡。

❷ máy tính tiền 收銀機

❹ quầy thu ngân 收銀櫃檯
- Một phụ nữ đang đặt cà phê ở **quầy thu ngân**.
  一位女士正在收銀櫃檯點咖啡。

❸ khách hàng 顧客
- Nên nhớ, **khách hàng** là thượng đế.
  要記住，客人就是（我們的）衣食父母。

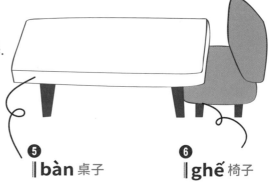

❺ bàn 桌子

❻ ghế 椅子

❼ thực đơn 菜單

❾ cà phê cappuccino
卡布奇諾咖啡

❽ cà phê espresso
義式濃縮咖啡

⑩ cà phê americano 美式咖啡

🔊 北 Cho tôi một cốc **cà phê americano** được chứ?
南 Cho tôi một ly **cà phê americano** được chứ?
可以給我一杯美式咖啡吧？

北 một cốc cà phê americano
南 một ly cà phê americano
一杯美式咖啡

⑪ cà phê mocha 摩卡咖啡

🔊 Cà phê mocha đang là **món thức uống** thịnh hành.
摩卡咖啡是最近很受歡迎的飲料。

⑫ cà phê latte 拿鐵咖啡

cách làm cà phê latte
拿鐵咖啡的泡法

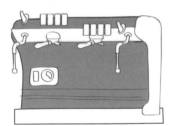

⑬ cà phê flat white 白咖啡

⑮ đường 砂糖

🔊 Kem có nhiều chất béo và **đường**.
冰淇淋通常有很多脂肪和糖分。

đường vàng 紅糖

⑯ giấy bọc ly cà phê 咖啡杯紙套

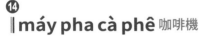

⑭ máy pha cà phê 咖啡機

⑰ que khuấy cà phê 咖啡攪拌棒

que khuấy cà phê bằng gỗ
木製咖啡攪拌棒

⑱ ống hút 吸管

ống hút dùng cho nước giải khát
飲料吸管

⑲ kem béo 奶精

⑳ mứt dâu 草莓醬
¤ Cô ấy cho tôi một lọ **mứt dâu** nhà làm.
她給了我一罐在家自製的草莓醬。

㉑ kem phô mai 起司冰淇淋

> kem phô mai mềm và đậm đà
> 濃郁柔軟的起司冰淇淋

㉒ nước suối 礦泉水

㉓ bánh sừng bò 牛角麵包

> bánh sừng bò mới ra lò
> 剛出爐的牛角麵包

㉔ bánh muffin 瑪芬蛋糕
¤ Bạn thích loại **bánh muffin** blueberry
hay sôcôla?
你喜歡藍莓還是巧克力瑪芬蛋糕？

> nướng bánh muffin
> 烤瑪芬蛋糕

㉖ bánh Pretzel
蝴蝶圈餅

㉗ tủ trưng bày
陳列櫃

㉕ bánh mì vòng 貝果
¤ Gia đình chúng tôi thích **bánh
mì vòng** vị hành.
我們一家人都很喜歡洋蔥口味的貝果。

其他相關詞彙

‣ **nước giải khát** 飲料
‣ **trà thảo mộc** 花草茶
‣ **sinh tố** 冰沙

‣ **hồng trà / trà đen** 紅茶
‣ **nước trái cây / 北 nước hoa quả** 果汁
‣ **trà xanh** 綠茶

在越南，杯子大小尺寸是這樣標示的

cỡ nhỏ
小

cỡ vừa
中

cỡ lớn
大

cỡ đặc biệt
特大

🗣 Xin chào. Xin hỏi chị muốn uống gì?

🗣 Cho tôi một <u>cốc (ly)</u> cà phê đá được chứ?

🗣 Chị muốn cỡ loại nào?

🗣 Cho tôi cỡ vừa.

🗣 早安，我可以為您點餐嗎？
🗣 可以給我一杯冰咖啡嗎？
🗣 你要杯子哪一種？
🗣 給我中杯。

TalkTalk Tip

Tôi muốn order cà phê latte nóng?
可以給我熱拿鐵咖啡嗎？

bánh muffin blueberry 藍莓瑪芬蛋糕
kem phô mai và bánh mì vòng 起司冰淇淋和貝果

Xin chào. Chị muốn uống gì?

你好。請問你想喝什麼？

Cho tôi một <u>cốc (ly)</u> bia lớn. Bao nhiêu tiền?

我要一杯啤酒，大的。多少錢？

❹ bia chai

❺ bia lon

❻

❶ rượu whisky

❼ khăn giấy

❽

❸ thùng

❷ nhân viên phục vụ

❾ quán bar

❻ nhân viên quầy rượu

❽ đồ ăn nhẹ

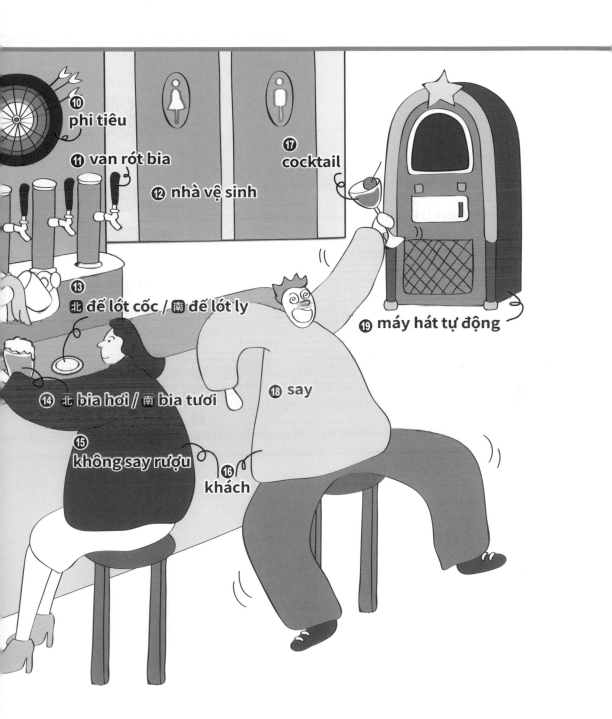

⑩ phi tiêu

⑪ van rót bia

⑫ nhà vệ sinh

⑰ cocktail

⑬ 北 đế lót cốc / 南 đế lót ly

⑲ máy hát tự động

⑭ 北 bia hơi / 南 bia tươi

⑱ say

⑮ không say rượu

⑯ khách

❶ rượu whisky
威士忌酒

❷ nhân viên phục vụ
服務員

- **Nhân viên phục vụ** đang nhận đặt món.
  服務員正在接受點餐。

❸ thùng 桶

❹ bia chai 瓶裝啤酒

- Anh ấy đã lấy **bia chai** trong tủ lạnh uống.
  他拿了冰箱裡的瓶裝啤酒來喝。

❺ bia lon 灌裝啤酒

❻ nhân viên quầy rượu 酒吧服務員

- **Nhân viên** quầy rượu đến nhận đặt món.
  酒吧服務員來點餐。

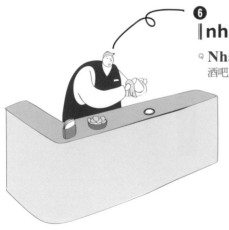

❼ khăn giấy 紙巾

- Cô ấy ăn hamburger và lau miệng bằng **khăn giấy**.
  她吃了一個漢堡，並用紙巾紙擦了擦嘴。

⑧ đồ ăn nhẹ 下酒菜

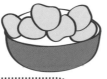

đồ ăn nhẹ ở bar miễn phí
吧檯的下酒菜是免費的

⑨ quán bar 酒吧

Trong quán bar có đa dạng **bia chai** và bia tươi.
酒吧提供各種瓶裝啤酒和生啤酒。

⑩ phi tiêu 飛鏢

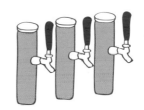

⑪ van rót bia 啤酒龍頭

⑫ nhà vệ sinh 廁所

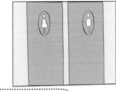

nhà vệ sinh công cộng 公共廁所

⑬ 北 đế lót cốc /
南 đế lót ly 杯墊

⑭ 北 bia hơi / 南 bia tươi 生啤酒

北 Đến 7 giờ tối **bia hơi** chỉ nửa giá thôi.
南 Đến 7 giờ tối **bia tươi** chỉ nửa giá thôi.
生啤酒到了晚上7點時就半價銷售。

⑮ không say rượu 沒醉（酒）

Chúng tôi sẽ nói vấn đề này khi bạn **không say rượu**.
當你沒醉的時候我們再談談這個問題。

⓰ ‖khách 顧客

> **khách quen**
> 老顧客、常客

⓱ ‖cocktail 雞尾酒

◦ **Cocktail** và rượu được cung cấp làm nước giải khát chào đón khách.
提供給客人雞尾酒和酒作為迎賓飲品。

⓲ ‖say 酒醉

◦ Tài xế tắc xi bị bắt giữ do nghi **say** rượu khi lái xe.
因疑似酒後開車，那個計程車司機遭到逮捕。

> **lái xe khi say rượu** 酒後開車

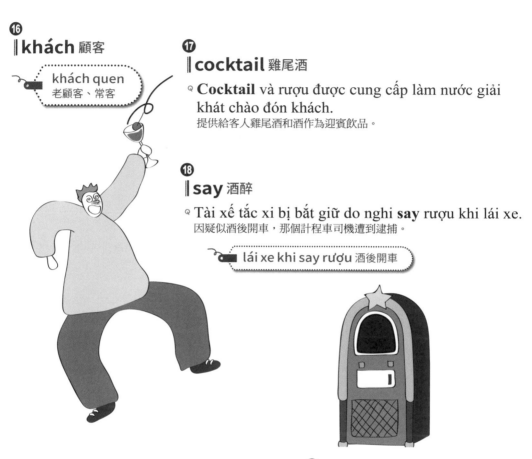

⓳ ‖máy hát tự động 點唱機

其他相關詞彙

- **người vị thành niên uống rượu** 未成年者飲酒
- **đặt món lần cuối** 最後一輪點餐
- **lát nữa thanh toán** 稍後結帳
- **hóa đơn** 帳單
- **cảm giác khó chịu sau một đêm chè chén** 宿醉
- **các loại rượu** 各種酒類
- **gạt tàn thuốc** 菸灰缸
- **hút thuốc** 抽菸

我去買杯飲料

Hôm nay tôi đãi.
今天我請客。

Vậy lần sau tôi sẽ đãi.
是喔！那下次我請客。

🗣 Xin chào. Chị muốn uống gì?

🎤 Cho tôi một <u>cốc (ly)</u> bia lớn. Bao nhiêu tiền?

🗣 24.000 đồng. Đây là 25.000 đồng. <u>không cần trả lại (không cần thối)</u>.

🗣 你好。請問你想喝什麼？
🎤 我要一杯大杯的啤酒。要多少錢？
🗣 24.000盾。這裡是25.000盾，不用找了。

> **TalkTalk Tip**
>
> **Cho tôi một <u>cốc(ly)</u> vang đỏ.**
> 請給我一杯紅酒。
>
> 北 **bia hơi** / 南 **ia tươi** 生啤酒
> **cô-ca-cô-la** 可口可樂

Bạn thích môn thể thao nào?
你喜歡做什麼運動？

Tôi thích chơi tennis.
我很喜歡打網球。

❸ quả cầu lông

❷ vợt cầu lông

❹ cầu lông

❶ trượt tuyết

❺ bắn cung

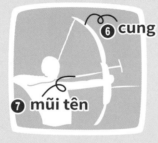

❻ cung

❼ mũi tên

❽ cử tạ

❾ tập tạ

❿ khúc côn cầu

⓫ gậy khúc côn cầu

⓬ trượt băng

⓭ bóng bàn

⓮ bóng chày

⑮ khung thành bóng rổ

⑯ bóng rổ

⑰ 北 mũ bảo vệ / 南 nón bảo vệ

⑱ găng tay boxing

⑲ quyền anh

㉑ tennis

⑳ bóng đá

㉔ golf

㉒ lưới

㉓ bóng chuyền

❷ ‖vợt cầu lông 羽毛球球拍

❸ ‖quả cầu lông 羽毛球（的球）

❹ ‖cầu lông 羽毛球

◦ Cô ấy là hội viên câu lạc bộ **cầu lông**.
她是羽毛球俱樂部的會員。

❶ ‖trượt tuyết 滑雪

kì nghỉ trượt tuyết 滑雪假期

❺ ‖bắn cung 射箭

◦ **Bắn cung** là môn thể thao dùng mũi tên và cung.
射箭是一項使用箭和弓的運動。

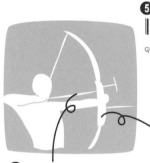

❻ ‖cung 弓

❼ ‖mũi tên 箭

❽ ‖cử tạ 舉重

❾ ‖tập tạ 練舉重

giày tập tạ 舉重鞋

⓫ ‖gậy khúc côn cầu 曲棍球棒

❿ ‖khúc côn cầu 曲棍球

vận động viên khúc côn cầu 曲棍球選手

⓬ ‖trượt băng 溜冰

trượt băng 冰上溜冰

⑬ **bóng bàn** 桌球

đánh bóng bàn 打桌球

⑮ **khung thành bóng rổ** 籃框

⑭ **bóng chày** 棒球

người hâm mộ bóng chày
棒球迷

⑯ **bóng rổ** 籃球

Vận động viên **bóng rổ** chuyển việc đang chỉ đạo đội
trường trung học phổ thông.
前籃球選手在指導高中籃球隊。

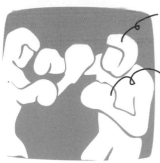

⑰ 北 **mũ bảo vệ** / 南 **nón bảo vệ** 頭套

⑱ **găng tay boxing** 拳擊手套

⑲ **quyền anh** 拳擊

trận đấu quyền anh 拳擊比賽

⑳ **bóng đá** 足球

Tôi chơi **bóng đá** hai lần một tuần.
我一週會踢足球兩次。

65

㉒ ‖**lưới** 網子

㉑ ‖**tennis** 網球

áo khoác chơi tennis
網球外套

㉓ ‖**bóng chuyền** 排球

bóng chuyền kiểu ngồi 坐式排球

㉔ ‖**golf** 高爾夫球

một trận golf 一場高爾夫球比賽

其他相關詞彙

- **bóng vợt** 袋棍球
- **thể dục dụng cụ** 體操
- **đua xe đạp** 腳踏車
- **bơi lội** 游泳
- **đấu vật** 摔角
- **đấu kiếm** 比賽擊劍
- **trượt ván** 溜滑雪板
- **bắn súng** 射擊

足球術語

- **tiền đạo trung tâm** 中前鋒
- **tiền đạo cánh phải** 右前鋒
- **tiền vệ tấn công** 進攻中場
- **tiền vệ trung tâm** 中間中場
- **tiền vệ cánh phải** 右中場
- **hậu vệ biên phải** 右鋒衛
- **hậu vệ cánh phải** 右後衛
- **hậu vệ quét** 清道夫、自由後衛

- **tiền đạo thứ hai** 第二攻擊手
- **tiền đạo cánh trái** 左前鋒
- **tiền vệ phòng ngự** 防守中場
- **tiền vệ cánh trái** 左中場
- **hậu vệ biên trái** 左鋒衛
- **hậu vệ cánh trái** 左後衛
- **hậu vệ trung tâm** 中後衛
- **thủ môn** 守門員

一般足球及美式足球的越南語是如何呢？

在本課的前段，我們已經大體上知道了越南人最為之瘋狂的國家運動足球的說法。
另外，相關的運動在美國還有特有的美式足球。這兩種球的說法只有些微的差異，
如下圖的比較：

bóng đá 足球

bóng đá kiểu Mỹ 美式足球

Bạn thích môn thể thao nào?

Mình thích chơi tennis.

Ngày mai mình đi chơi tennis đi?

Được.

你喜歡哪一種運動？
我喜歡打網球。
明天我們一起去打網球吧！
好啊。

> **TalkTalk Tip**
>
> **Tôi rất thích chơi tennis.**
> 我很喜歡打網球。
> **chơi bóng đá** 踢足球
> **chơi golf** 高爾夫球

Cuối tuần này em định làm gì?
妳這個週末要做什麼？

Em định đi cắm trại với các bạn. Anh muốn đi cùng không?
我要和朋友一起去露營。
你要一起去嗎？

❶ cắm trại

❷ leo vách đá

❸ leo núi

❹ võ thuật

❺ cưỡi ngựa

6 xe đạp leo núi

7 trượt ván

8 nhảy dù nghệ thuật

9 trượt patin

10 súng trường

11 săn bắn / đi săn

12 đi bộ / chạy bộ

13 dã ngoại

❶ cắm trại 露營

⚲ Họ đi **cắm trại** dã ngoại.
他們去野外露營。

🔖 du lịch cắm trại 露營旅行

❷ leo vách đá 攀岩

🔖 thám hiểm leo vách đá 攀岩探險

❸ leo núi 登山

⚲ Nơi này rất thích hợp **leo núi**.
這裡很適合登山。

❹ võ thuật 武術

🔖 chuyên gia võ thuật 武術專家

❺ cưỡi ngựa 騎馬

⚲ Cuối tuần anh ấy thường đi **cưỡi ngựa**.
他每個週末都會去騎馬。

7 ‖**trượt ván** 滑板運動

> Giới trẻ rất thích trượt ván
> 年輕人很喜歡滑板活動

6

‖**xe đạp leo núi** 登山車

◦ Tôi thích đi **xe đạp leo núi**.
我喜歡騎登山車。

9 ‖**trượt patin** 溜直排輪

◦ **Trượt patin** là một phần sở thích của tôi.
溜直排輪是我的興趣之一。

10 ‖**súng trường** 步槍

8

‖**nhảy dù nghệ thuật** 花式跳傘

◦ Cô ấy mê **nhảy dù nghệ thuật**.
她熱衷於花式跳傘。

11 ‖**săn bắn** 打獵

‖**đi săn** 去打獵

> địa điểm săn bắn 狩獵基地

71

⑫

đi bộ 散步　　**chạy bộ** 跑步

> giày chạy bộ 跑步鞋

⑬

dã ngoại 野餐

> đi dã ngoại 去野餐

其他相關詞彙

- **thể thao dưới nước** 水上運動
- **thuyền** 船
- **chèo thuyền kayak** 划獨木舟
- **lặn ống thở** 浮潛
- **lặn bình dưỡng khí** 水肺潛水
- **lướt ván buồm** 風帆衝浪

- **chèo thuyền** 划船
- **ca-nô** 划艇
- **chèo thuyền vượt thác** 泛舟
- **câu cá** 釣魚
- **lướt sóng** 衝浪
- **lướt nước** 滑水

冬季奧運會

- **xe trượt băng** 雪橇
- **trượt băng nghệ thuật** 花式溜冰
- **trượt dốc** 滑坡

- **bi đá trên băng** 冰壺
- **trượt tuyết băng đồng** 越野滑雪
- **trượt băng tốc độ** 競速滑冰

參加戶外活動時，安全是重中之重

1. **An toàn là ưu tiên hàng đầu khi tham gia các hoạt động dã ngoại.**
當參加戶外活動時，安全是第一優先。

2. **Đừng vận động quá sức.**
不要太過度運動。

3. **Nhớ mang theo hộp sơ cứu.**
請攜帶急救箱。

4. **Hãy chuẩn bị thiết bị bảo hộ.**
請準備好防護裝備。

5. **Phải đảm bảo thiết bị bảo hộ trong tình trạng sử dụng tốt.**
裝備要確保處於良好的狀態。

6. **Nhớ bổ sung nước.**
補充水份。

Cuối tuần này em định làm gì?

Em định đi cắm trại với các bạn.

Anh có muốn đi cùng không?

Tất nhiên. Anh nên mang theo những gì?

Buổi tối trời sẽ lạnh. Anh nhớ mang theo áo ấm.

妳這個週末打算要做什麼？

我要和朋友一起去露營。
你要一起去嗎？

好啊！我需要帶什麼？

晚上會變冷，要帶上暖和的衣服。

TalkTalk Tip

Định leo vách đá với các bạn.
打算和朋友一起去攀岩。
cưỡi ngựa 去騎馬
đi xe đạp leo núi 騎登山越野車

73

DAY 12 休閒活動 ～輕鬆過日子！

❶ đọc sách / xem sách

Khi rảnh, bạn thường làm gì?
你有空的時候常常做什麼？

Mình thường dùng mạng xã hội.
Còn bạn?
我喜歡玩社交網站。妳呢？

❷ nhảy

❹ điện thoại di động

❺ sử dụng mạng xã hội

❸ chơi điện tử

❼ biểu diễn nhạc khí

❽ hát

❻ lên mạng

❾ chụp ảnh

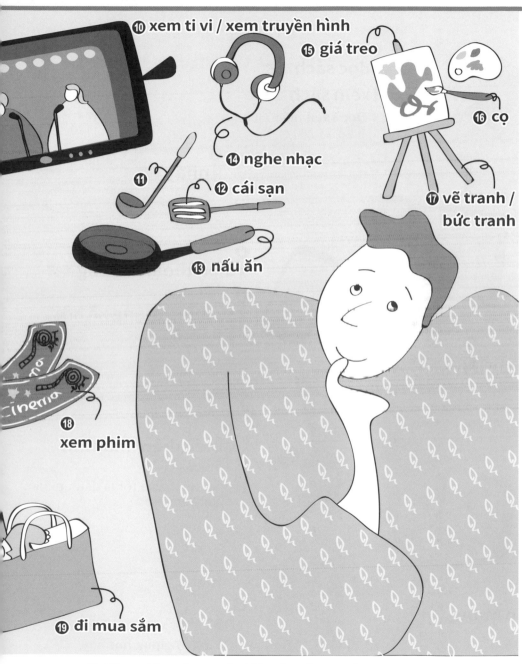

⑩ xem ti vi / xem truyền hình

⑮ giá treo

⑯ cọ

⑭ nghe nhạc

⑪

⑫ cái sạn

⑰ vẽ tranh / bức tranh

⑬ nấu ăn

⑱ xem phim

⑲ đi mua sắm

⑪ 北 muôi múc canh / 南 vá múc canh

❶
đọc sách 讀書
xem sách 看書
  ⌕ **Đọc sách** rất có ích .
    看書非常有幫助。

❷
nhảy 跳舞

  ✏ giờ học múa 舞蹈課

❹
điện thoại di động 手機

❺
sử dụng mạng xã hội
玩社交網絡

❸
chơi điện tử 玩電腦遊戲

❼
biểu diễn nhạc khí
樂器表演

  ⌕ Sở thích của tôi là đánh piano.
    我的興趣是彈鋼琴。

❻
lên mạng 上網

❽
hát 唱歌

  ⌕ Cô ấy có giọng **hát** hay.
    她有優美的歌聲。

⑨ chụp ảnh 照相

○ Anh ấy thích **chụp ảnh**.
他喜歡照相。

⑩ xem ti vi 看電視

xem truyền hình 看電視

> xem ti vi bằng điện thoại
> 用手機看電視

⑪ 北 muôi múc canh /
南 vá múc canh 湯勺

⑫ cái sạn 鍋鏟

⑬ nấu ăn 烹飪

> ẩm thực đồng quê 鄉村美食

⑭ nghe nhạc 聽音樂

> thưởng thức nhạc
> 欣賞音樂

⑮ giá treo 畫架

⑯ cọ 刷子

⑰ vẽ tranh 畫畫   **bức tranh** 圖畫

> tranh phong cảnh 風景畫

77

⑱ xem phim 看電影 　　　　　**⑲ đi mua sắm** 去購物

其他相關詞彙

- **may vá** 縫紉
- **🔴 vẽ bút chì / 🔵 vẽ viết chì** 素描
- **đồ gỗ mỹ nghệ** 木雕
- **làm đồ gốm** 陶藝製作
- **sưu tập tiền xu** 收集錢幣
- **dành thời gian với bạn** 花時間與朋友相處
- **dành thời gian với gia đình** 花時間與家人相處

- **đan** 編織
- **cắt tia vườn** 園藝
- **🔴 gấp giấy / 🔵 xếp giấy** 摺紙
- **sưu tập tem** 收集郵票
- **lắp ghép mô hình** 組裝模型
- **kim đan** 編織針

看書

- **đọc truyện tranh** 看漫畫書
- **đọc thơ** 讀詩
- **đọc tiểu thuyết** 看小說
- **đọc tiểu thuyết khoa học viễn tưởng** 看科幻小說
- **đọc tạp chí** 看雜誌
- **đọc tiểu thuyết trinh thám** 看偵探推理小說

玩遊戲

- **chơi boardgame** 玩桌遊
- **chơi cờ vua** 玩西洋棋
- **chơi game video** 玩電子遊戲
- **chơi xúc xắc** 玩擲骰子
- **chơi đánh bài** 玩撲克牌

各種SNS (Social Netwroking Services) 社群網路服務

SNS（社群網路服務）是一項提供給在網絡上有共同興趣的人一起聚集的服務，也稱為 mạng xã hội（社交網路）。

Facebook
臉書

YouTube

Instagram

Twitter

Khi rảnh bạn thường làm gì?

Mình thường dùng mạng xã hội. Còn bạn?

Mình thích xem phim.

Vậy cuối tuần cùng đi xem phim đi.

你有空的時候常常做什麼？
我喜歡玩社交網站。妳呢？
我喜歡看電影。
那週末一起去看電影吧！

TalkTalk Tip

Tôi thích nấu ăn.
我喜歡做料理。
đọc sách 看書
đánh ghi ta 彈吉他

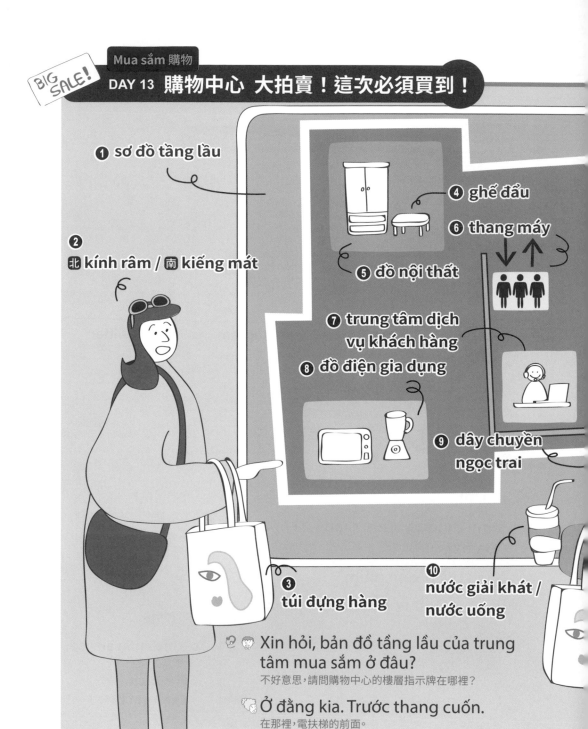

① sơ đồ tầng lầu

② 北 kính râm / 南 kiếng mát

③ túi đựng hàng

④ ghế đẩu

⑤ đồ nội thất

⑥ thang máy

⑦ trung tâm dịch vụ khách hàng

⑧ đồ điện gia dụng

⑨ dây chuyền ngọc trai

⑩ nước giải khát / nước uống

Xin hỏi, bản đồ tầng lầu của trung tâm mua sắm ở đâu?
不好意思，請問購物中心的樓層指示牌在哪裡？

Ở đằng kia. Trước thang cuốn.
在那裡，電扶梯的前面。

⑪ quán ăn nhanh

⑫ đài phun nước

⑬ thang cuốn

⑭ trang phục nam

⑮ trang phục trẻ em

⑯ trang phục nữ

⑰ cái chảo

⑱ dụng cụ nhà bếp

⑲ 北 mũ / 南 nón

⑳ quầy gói quà

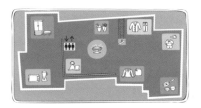

❶ sơ đồ tầng lầu 樓層導覽

♀ Chúng ta phải tìm **sơ đồ tầng lầu**.
我們要找樓層導覽。

❷ 北 kính râm / 南 kiếng mát 太陽眼鏡

❹ ghế đẩu 椅凳

❺ đồ nội thất 家具

♀ Gian hàng **đồ nội thất** chúng ta là một trong số gian hàng lớn nhất nội thành.
我們的家具店是全市裡最大的家具店之一。

❸ túi đựng hàng 購物袋

 một gian hàng đồ nội thất 一間家具店

❻ thang máy 電梯

♀ Chúng tôi đi **thang máy** để lên tầng 15.
我們搭電梯到15樓。

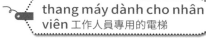 **thang máy dành cho nhân viên** 工作人員專用的電梯

❼ trung tâm dịch vụ khách hàng
顧客服務中心

♀ **Trung tâm dịch vụ khách hàng** ở tầng 2.
顧客服務中心在2樓。

⑧ đồ điện gia dụng
家用電器

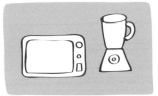

⑨ dây chuyền ngọc trai
珍珠項鍊

**⑩ nước giải khát /
nước uống** 飲料

⑪ quán ăn nhanh 快餐店

Q Bây giờ có thể kết nối mạng ở
quán ăn nhanh.
現在我們都可以在快餐店上網了。

⑫ đài phun nước 噴水池

đài phun nước ngoài trời 戶外噴泉

⑬ thang cuốn
電扶梯

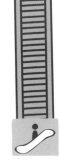

xuống thang cuốn
從電扶梯下來

⑭ trang phục nam 男裝

làm việc ở tiệm trang phục nam
在男裝店上班

⑮ **trang phục trẻ em** 童裝

⟜ Gian hàng **trang phục trẻ em** của trung tâm mua sắm chúng tôi đang cung cấp y phục đa dạng và giá cả hợp lý.
本購物中心的童裝店提供各式各樣的童裝以及合理的價格。

trang phục trẻ em giá rẻ 便宜的童裝

⑯ **trang phục nữ** 女裝

⟜ Hãy đến xem những mẫu thời trang thịnh hành nhất ở gian hàng **trang phục nữ** của trung tâm mua sắm chúng tôi.
請至本購物中心的女裝店看看各式最新流行的時尚衣飾。

⑰ **cái chảo** 平底鍋

⑱ **dụng cụ nhà bếp**
廚房用具

⑲ 北 **mũ /**
南 **nón** 帽子

nhà thiết kế Ý thiết kế dụng cụ nhà bếp
義大利設計師設計的廚房用具

⑳ **quầy gói quà** 禮物包裝區

⟜ Xin hỏi quầy **gói quà** ở đâu?
請問禮物包裝區在哪裡？

其他相關詞彙

‚ **gian hàng đá quý** 珠寶櫃

‚ **gian hàng nước hoa** 香水櫃

‚ 北 **bãi đỗ xe /** 南 **bãi đậu xe** 停車場

‚ **nhà vệ sinh nam** 男生廁所

‚ **nhà vệ sinh nữ** 女生廁所

美國的瘋狂折扣季

Black Friday 黑色星期五：**Thứ Sáu Đen** 黑色星期五
是指在美國感恩節隔天的星期五，這一天各大商家都會推出各種最大折扣和優惠活動，也是一年中最大折扣季的開始。

Cyber Monday 網路星期一：**Thứ Hai Điện Tử** 網路星期一
是指美國感恩節假期後的第一個星期一，黑色星期五過去後就到了網路星期一的折扣日。這也是一年中最大的折扣日之一，在線上的購物公司會在這一天大量進行打折。

Boxing day 節禮日：**Ngày tặng quà** 節禮日
加拿大在聖誕節的隔天12月26日會舉行驚人的折扣活動，也就是指聖誕節後的折扣季，期中產品都以折扣價格出售。

- Xin hỏi, bản đồ tầng lầu của trung tâm mua sắm ở đâu?
- Ở đằng kia. Trước thang cuốn.
- À, cảm ơn chị.
- Không có chi.

不好意思，請問購物中心的樓層導覽在哪裡？
在那裡，電扶梯的前面。
謝謝。
不客氣！

TalkTalk Tip
Xin hỏi, nhà vệ sinh nam ở đâu?
不好意思，請問男洗手間在哪裡？
　　thư viện 圖書館
　　bãi đỗ xe 停車場

An ơi, thực phẩm sữa ở đâu?

小安,乳製品在哪裡?

Trong gian hàng thực phẩm đông lạnh giữa số 7 và số 8.

在7號和8號走道之間的冷藏食品區。

❶ hải sản / thức phẩm từ hai sản

❷

❹ thức ăn nhanh

❸ gian hàng

❺ gian hàng bánh / cửa hàng bánh

❻ người tiêu dùng

❽ quầy tính tiền

❼ giỏ hàng

❷ gia cầm và thịt

⑩ gian hàng thực phẩm đông lạnh

⑪

⑫ dược sĩ

⑬ nhà thuốc

⑮ nhân viên

⑭ xe đẩy mua sắm

⑯ gian hàng nông sản

⑨ nhân viên tính tiền

⑰ quầy tính tiền nhanh

⑪ gian hàng nước trái cây / 🈁 gian hàng nước hoa quả

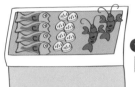

❶ hải sản 海產

thực phẩm từ hải sản 海鮮食品

🏷 nấu món hải sản 煮海鮮料理

❷ gia cầm và thịt 家禽類和肉類

🔍 Gian hàng **gia cầm và thịt** ở đâu?
家禽類和肉類區在哪裡？

❹ thức ăn nhanh 速食食品

🔍 Người đàn ông đó làm việc ở quán **thức ăn nhanh**.
那個男人在一家速食店工作。

❸ gian hàng 販售區

🔍 Anh ấy đã đi đến **gian hàng** thực phẩm đóng hộp.
他去了罐頭食品區。

❺ gian hàng bánh 烘焙區

cửa hàng bánh 烘焙店

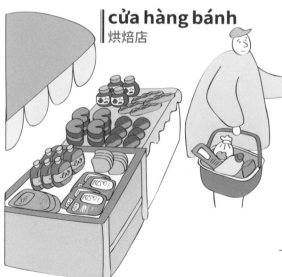

❻ người tiêu dùng 消費者

🔍 Để giảm chi phí, nhiều **người tiêu dùng** sử dụng phiếu mua hàng.
為了降低費用，許多消費者使用購物券。

🏷 lôi kéo người tiêu dùng
吸引消費者

❼ giỏ hàng 購物籃

🔍 Xin vui lòng đưa cho tôi **giỏ hàng** được không?
請給我一個購物籃可以嗎？

🏷 xách giỏ đi chợ 提著購物籃

❽ **quầy tính tiền** 結帳櫃檯、收銀台

○ Mọi người đang xếp hàng dài ở **quầy tính tiền**.
大家在收銀台大排長龍。

❾ **nhân viên tính tiền** 收銀員

○ **Nhân viên tính tiền** đã nhận thẻ của tôi.
收銀員收了我的信用卡。

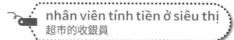
nhân viên tính tiền ở siêu thị
超市的收銀員

❿ **gian hàng thực phẩm đông lạnh**
冷凍食品區

xem lướt qua gian hàng thực phẩm đông lạnh
瀏覽冷凍食品區

⓬ **dược sĩ** 藥劑師

⓫ **gian hàng nước trái cây /**
北 **gian hàng nước hoa quả** 果汁區

⓭ **nhà thuốc** 藥局

○ Cần có toa thuốc khi đến **nhà thuốc**.
去藥局時需要有藥單。

⓮ **xe đẩy mua sắm** 購物車

○ Có nhiều thức ăn trong **xe đẩy mua sắm**.
購物車裡有很多食物。

⑯ gian hàng nông sản 農產品區

ℚ **Gian hàng nông sản** có bán rau quả hữu cơ.
農產品區有賣有機蔬果。

> **gian hàng nông sản tươi**
> 新鮮的農產品區

⑮ nhân viên 店員

ℚ **Nhân viên** đã giúp tôi sắp xếp đồ đạc.
店員幫我裝袋。

⑰ quầy tính tiền nhanh
快速結帳櫃檯

其他相關詞彙

- **dãy hàng tính tiền** 結帳櫃檯
- **máy scan** 掃描機
- **một túi khoai tây** 一袋馬鈴薯
- **một chai sốt cà** 一瓶番茄醬
- **một ổ bánh** 一塊麵包
- 北 **một hộp ngô** / 南 **một hộp bắp** 一盒玉米
- 北 **một lọ dưa chuột** / 南 **hũ dưa leo** 一瓶黃瓜

- **cái cân** 秤子
- **gian hàng nước giải khát** 飲料區
- **một túi pho mát** 一包起司
- **một thùng sữa** 一箱牛奶

購物袋種類

túi vải 布袋

攜帶可重複使用的 túi bằng vải, túi vải（布袋）能節省購買一次性袋子的費用。這種袋子也稱為環保袋。

túi giấy 紙袋 / **túi ni lông** 塑膠袋

你可以在超市購買紙袋或塑膠袋，但是要知道紙袋和塑膠袋都是 ô nhiễm môi trường（環境污染）的罪魁禍首。

- 👨 An ơi, thực phẩm sữa ở đâu?
- 👧 Trong gian hàng thực phẩm đông lạnh giữa số 7 và số 8.
- 👨 Vậy à. Thế gặp nhau ở quầy tính tiền nhé!
- 👧 Được rồi. Chút nữa gặp.

👨 小安，乳製品在哪裡？
👧 在7號和8號走道之間的冷藏食品區。
👨 這樣呀！那我們稍後在結帳櫃檯見！
👧 好的。待會見。

> **TalkTalk Tip**
>
> **Có gian hàng đông lạnh.**
> 有冷凍食品區。
> **gian hàng bánh** 麵包區
> **gian hàng nông sản** 農產品區

Tôi muốn mua 1 <u>cân (ký)</u> đào và 1 hộp blueberry.

我想買一公斤水蜜桃和一盒藍莓。

Của chị đây ạ. Chị có cần mua gì thêm không?

好了，在這裡。妳還有想買什麼嗎？

① biển chỉ dẫn

fresh

③ táo

④ xoài

⑤

⑥ bưởi

⑦ chanh

⑧ cam

② túi vải

⑤ dưa lưới

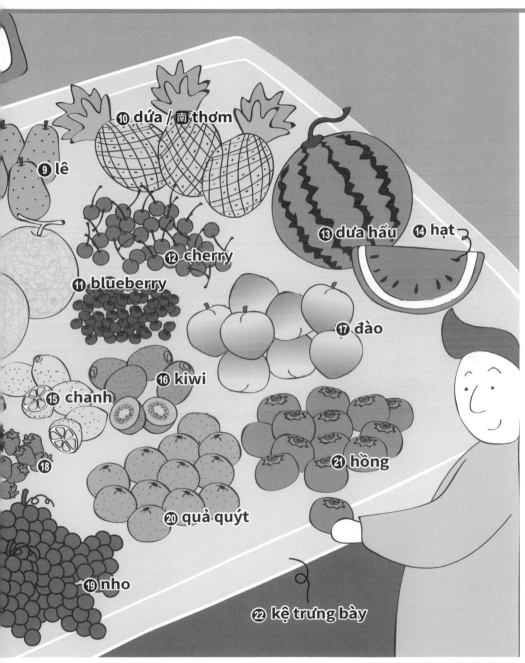

⑩ dứa / 南 thơm

⑨ lê

⑫ cherry

⑪ blueberry

⑬ dưa hấu ⑭ hạt

⑰ đào

⑯ kiwi

⑮ chanh

⑱

㉑ hồng

⑳ quả quýt

⑲ nho

㉒ kệ trưng bày

⑱ dâu tây

fresh fruits

❶ biển chỉ dẫn 指引牌

dựng biển chỉ dẫn
豎立指引牌

❸ táo 蘋果

bỏ vỏ táo
削蘋果

❷ túi vải 布袋

⚬ Nhiều người sử dụng **túi vải** để bảo vệ môi trường.
為了保護環境，很多人使用布袋。

❹ xoài 芒果

❺ dưa lưới 哈密瓜

❻ bưởi 柚子

北 một cốc nước ép bưởi
南 một ly nước ép bưởi
一杯柚子汁

❼ chanh 萊姆

⚬ Vỏ **chanh** được sử dụng khi
nấu ăn để thơm hơn.
烹飪時使用萊姆皮會增添香味。

❽ cam 柳橙

⚬ Hãy uống nước **cam** khi bị cảm.
你感冒時可以喝柳橙汁。

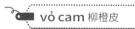

vỏ cam 柳橙皮

❾ lê 梨子

⚬ **Lê** này ngọt và nhiều nước.
這個梨子很甜又有很多汁。

⑩ ∥dứa / 南 thơm 鳳梨

Q **Thơm** giúp tiêu hóa tốt.
鳳梨有助於消化。

dứa đóng hộp /
thơm đóng hộp 一個鳳梨罐頭

⑪ ∥blueberry 藍莓

rổ blueberry
一籃藍莓

⑫ ∥cherry 櫻桃

Q **Cherry** ít năng lượng, nhiều chất xơ và dinh dưỡng.
櫻桃的卡路里低、纖維含量高且營養豐富。

⑬ ∥dưa hấu 西瓜

Q Tôi thích **dưa hấu**.
我喜歡西瓜。

⑭ ∥hạt 種子、（西瓜的）子

⑮ ∥chanh 檸檬

Q Vị chua thường có trong cam và **chanh**.
柳橙、檸檬等水果中通常都有酸味。

vắt chanh 擠檸檬

⑯ ∥kiwi 奇異果

95

⑰ đào 水蜜桃

một lát đào 一片水蜜桃

⑱ dâu tây 草莓

Dâu tây trên giá nhìn có vẻ tươi.
架子上的草莓看起來很新鮮。

⑲ nho 葡萄

chùm nho 一串葡萄

⑳ quýt 橘子

㉑ hồng 柿子

㉒ kệ trưng bày 陳列架

Trên **kệ trưng bày** đặt rất nhiều đồ vật.
陳列架上擺放各種物品。

其他相關詞彙

- **các loại hạt** 堅果類
- 北 **mận** / 南 **mận bắc** 李子
- 北 **quả vả** / 南 **sung** 無花果
- **bơ** 酪梨
- **mâm xôi** 覆盆子
- **đu đủ** 木瓜

- **mơ** 杏桃
- **nho khô** 葡萄乾
- **chuối** 香蕉
- **lựu** 石榴
- **dừa** 椰子

熱帶水果的小常識！

sầu riêng 榴槤

榴槤被稱為「水果之王」，是一種甜而營養豐富的水果，
但由於榴槤有濃烈的氣味，很多人還是沒辦法接受。

Tôi muốn mua 1 <u>cân (ký)</u> đào và 1 hộp blueberry.

Của chị đây ạ. Chị có cần mua gì thêm không?

Xoài này bán thế nào?

Dạ 20 nghìn một quả.

Thế à, tôi lấy 2 quả.

我想買一公斤水蜜桃和一盒藍莓。
好了，在這裡。妳還有想買什麼嗎？
這個芒果怎麼賣？
一顆20.000盾。
那我要買兩顆。

TalkTalk Tip

Tôi muốn mua 2 <u>cân(ký)</u> táo. 我買兩公斤蘋果。
　　lựu 石榴
　　hồng 柿子
Cam này bao nhiêu tiền? 這橘子多少錢？
　　Nho kia 那些葡萄
　　Cái đó 那個

Tôi muốn ăn bít tết với cà tím nướng.
我想吃牛排和烤茄子。

Ừ, nghe có vẻ ngon.
好的。聽起來蠻好吃的。

❶ 北 súp lơ xanh /
南 bông cải xanh

❷ bắp cải

❸ cà rốt

❹ cà tím

❺ măng tây

❻ cải xà lách

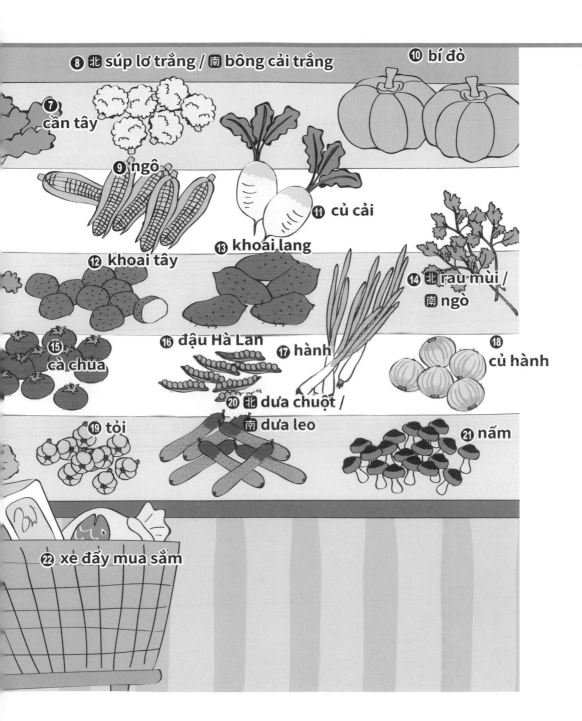

8 北 súp lơ trắng / 南 bông cải trắng

10 bí đỏ

7 cần tây

9 ngô

11 củ cải

13 khoai lang

12 khoai tây

14 北 rau mùi / 南 ngò

15 cà chua

16 đậu Hà Lan

17 hành

18 củ hành

20 北 dưa chuột / 南 dưa leo

19 tỏi

21 nấm

22 xe đẩy mua sắm

2

‖bắp cải 高麗菜

⌕ Hãy luộc hoặc hấp **bắp cải** cho đến mềm.
請煮或燉高麗菜直到變軟。

1

‖北súp lơ xanh /
‖南bông cải xanh 綠色花菜

4

‖cà tím 茄子

⌕ Vỏ **cà tím** chứa nhiều dinh dưỡng tốt.
茄子的皮含有很多良好的營養素。

3

‖cà rốt 胡蘿蔔

5

‖măng tây 蘆筍

6

‖cải xà lách 萵苣

⌕ Xin đặt hai lá **cải xà lách** lên bánh.
請在麵包上放兩片萵苣。

北 cải xà lách đã thái
南 cải xà lách đã xắt
萵苣絲

7

‖cần tây 芹菜

⌕ 北 Anh ấy thái một ít **cần tây** và mang ra cùng với nước sốt.
南 Anh ấy xắt một ít **cần tây** và mang ra cùng với nước sốt.
他切了一些芹菜，然後和醬汁一起拿出來。

⑨ 北 **ngô** / 南 **bắp** 玉米

> 北 vỏ ngô / 南 vô bắp 玉米殼

⑧ 北 **súp lơ trắng /**
南 **bông cải trắng** 花椰菜

⑪ **củ cải** 蘿蔔

⑩ **bí đỏ** 南瓜

> **Bí đỏ** được xem là thứ để giảm cân tốt.
> 南瓜是知名的減肥食物。

⑫ **khoai tây** 馬鈴薯

> một túi khoai tây 一袋馬鈴薯

⑬ **khoai lang** 地瓜

> **Khoai lang** có cảm giác mềm ngọt khi nhai.
> 地瓜有綿密和甜甜的味道。

> khoai lang nướng 烤地瓜

⑭ 北 **rau mùi** / 南 **ngò** 香菜

> 北 **Rau mùi** thường dùng để trang trí.
> 南 **Ngò** thường dùng để trang trí.
> 香菜通常都是用來裝飾食物。

⑮ **cà chua** 番茄

> Tôi thích trên pizza có để **cà chua** tươi.
> 我喜歡在比薩上面放新鮮的番茄。

> cà chua chín mọng 熟番茄
> 北 cà chua hỏng / 南 cà chua hư 爛番茄

⑯ đậu Hà Lan 豌豆

⑰ hành 蔥

⑱ củ hành 洋蔥

⑲ tỏi 蒜頭

một củ tỏi 一瓣蒜頭

⑳ 北 dưa chuột / 南 dưa leo 黃瓜

北 dưa chuột ngâm dấm, làm nộm
南 dưa leo ngâm dấm, làm gỏi
黃瓜，涼拌，醃醋

㉑ nấm 香菇

nấm để ăn 食用的香菇
nấm độc 毒香菇

㉒ xe đẩy mua sắm 購物車

其他相關詞彙

- đậu que 四季豆
- ớt chuông xanh 青椒
- ngưu bàng 牛蒡
- su hào 蕪菁
- ớt chuông đỏ 紅辣椒
- củ sen 蓮藕
- cải bó xôi 菠菜
- hẹ 韭菜

素食者的種類

Ăn chay có sữa trứng 是指不吃肉類，但吃蛋、乳製品的蛋奶素食主義者。這也是最常見的素食類型。此外還有不吃肉類但吃海鮮、蛋、乳製品的 Ăn chay có hải sản（海鮮素食主義者）。Ăn chay có thịt gia cầm 是指不吃紅肉，但吃白肉、海鮮、蛋、乳製品的家禽素食主義者。Ăn chay linh hoạt 則是指素食主義者，但有時看情況也會吃肉或海鮮的彈性素食主義者。

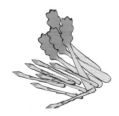

ăn chay có rau
蔬菜素食主義者

完全只吃蔬菜食品的純素食主義者。

ăn chay có sữa
奶素食主義者

不吃肉類、海鮮和蛋，但是接受乳製品的奶素食主義者。

ăn chay có trứng
蛋素食主義者

不吃肉類和海鮮，但是吃蛋類的蛋素食主義者。

Tôi muốn ăn bít tết với cà tím nướng.

Ừ, nghe có vẻ ngon.

Còn bạn thế nào?

Tôi ăn khoai tây nghiền.

我想吃牛排和烤茄子。
好的。聽起來蠻好吃的。
那你呢？
我想吃馬鈴薯泥。

> **TalkTalk Tip**
>
> **Tôi muốn ăn bít tết với cà rốt luộc.**
> 我想吃牛排和煮胡蘿蔔。
> **khoai tây nướng** 烤馬鈴薯
> **cơm chiên** 炒飯

103

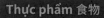

Bữa tối em muốn ăn thịt bò hay thịt gà?
妳晚餐想吃牛肉還是雞肉？

Em thích thịt bò. Còn anh?
我喜歡牛肉。你呢？

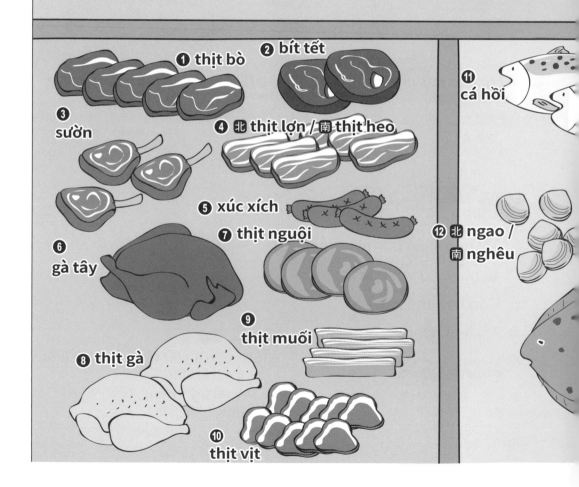

1 thịt bò

2 bít tết

3 sườn

4 北 thịt lợn / 南 thịt heo

5 xúc xích

6 gà tây

7 thịt nguội

8 thịt gà

9 thịt muối

10 thịt vịt

11 cá hồi

12 北 ngao / 南 nghêu

14 cá ngừ

15 cua

13 vẹm xanh

16 tôm

19 sò điệp

18 cá hồi

20 hàu

17 cá thờn bơn

21 tôm hùm

105

❶ ‖thịt bò 牛肉

- Bánh hamburger này 100 phần trăm làm từ **thịt bò**.
  這個漢堡是100％牛肉做成的。

❷ ‖bít tết 牛排

- Tôi thích thịt **bít tết** chín hoàn toàn.
  我喜歡完全煮熟的牛排。

bít tết nướng sơ
稍微烤過的牛排

❸ ‖sườn 小肋排

sườn loại cao cấp
上等小肋排

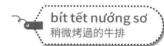

❹ ‖北 thịt lợn / 南 thịt heo 豬肉

- 北 Tôi thích **thịt lợn** hơn thịt bò và thịt gà.
- 南 Tôi thích **thịt heo** hơn thịt bò và thịt gà.
  比起牛肉和雞肉，我更喜歡豬肉。

ba chỉ xông khói 煙燻五花肉

❺ ‖xúc xích 香腸

- Anh ăn **xúc xích** chứ?
  你要吃香腸嗎？

❻ ‖gà tây 火雞

❼ ‖thịt nguội 火腿

- **Thịt nguội** có trong sandwich không mặn lắm.
  三明治裡面的火腿不是很鹹的。

❽ ‖thịt gà 雞肉

- Hãy rã đông **thịt gà** trước khi nấu.
  在煮以前請先把雞肉解凍。

thịt ức gà 雞胸肉

một miếng thịt nguội 一片火腿

⑨ ‖**thịt muối** 培根

◦ Anh ấy đã gọi trứng và **thịt muối** cho bữa sáng.
他點了雞蛋和培根當早餐。

⑩ ‖**thịt vịt** 鴨肉

⑪ ‖**cá hồi** 鮭魚

◦ Cá hồi sống ở sông hay suối.
鮭魚生活在河流或小溪裡。

⑫ ‖北 **ngao** /
南 **nghêu** 蛤蜊

北 súp ngao / 南 súp nghêu 蛤蜊湯

⑬ ‖**vạm xanh** 孔雀蛤

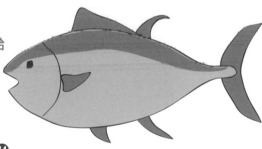

⑭ ‖**cá ngừ** 鮪魚

◦ **Cá ngừ** hộp giá rẻ và nhiều chất đạm.
鮪魚罐頭價格便宜又富含高蛋白質。

một hộp cá ngừ 一個鮪魚罐頭

⑮ ‖**cua** 螃蟹

◦ Thịt **cua** này ngon!
這個螃蟹肉很好吃。

ốc mượn hồn 寄居蟹
càng cua 蟹螯

⓰ ‖tôm 蝦子

🔍 Xin cho tôi món xà lách **tôm** trộn với nước sốt chanh.
請給我檸檬醬蝦沙拉。

⓱ ‖cá thờn bơn 比目魚

⓲ ‖cá hồi 鮭魚

🔍 Món cá hôm nay là món salad **cá hồi** xông khói.
今天的魚料理是煙燻鮭魚沙拉。

⓳ ‖sò điệp 扇貝

🪝 **vỏ sò điệp** 扇貝殼

⓴ ‖hàu 生蠔、牡蠣

🪝 **dầu hàu** 蠔油

㉑ ‖tôm hùm 龍蝦

🍤 其他相關詞彙 ⋯⋯⋯⋯⋯⋯⋯⋯⋯⋯⋯⋯⋯⋯⋯⋯⋯⋯⋯⋯⋯⋯⋯⋯

🥢 **sườn cừu** 羊肋排
🥢 **thịt ức gà** 雞胸肉
🥢 **cánh gà** 雞翅

🥢 🔵**sườn lợn** / 🔴**sườn heo** 豬肋排
🥢 **chân gà** 雞腳
🥢 **đùi gà** 雞腿

各種型態的肉類

thịt bò xay
牛絞肉

thịt bò dùng để kho
紅燒用牛肉

thịt bò dùng để nướng
烤用牛肉片

🐵 Bữa tối em muốn ăn thịt bò hay thịt gà?

🦁 Em thích thịt bò. Còn anh?

🐵 Anh cũng thích thịt bò.

🦁 Thế thì chúng ta đến quán bít tết đi.

🐵 妳晚餐想吃牛肉還是雞肉？
🦁 我喜歡牛肉。你呢？
🐵 我也喜歡牛肉。
🦁 那麼我們就一起去牛排店吧。

TalkTalk Tip

Chúng ta đến quán bít tết đi.
我們一起去牛排店吧。
　　đi bơi 去游泳
　　mua sắm 購物

🗨️👩 Xin chào. Tôi có thể giúp gì cho anh?
您好。我能幫您什麼忙嗎？

🧢 Tôi muốn mua vé khứ hồi đi Hà Nội.
我要買河內的來回票。

❻ tuyến xe buýt

❹ xe buýt

❺ khoang hành lý

❶ vé

❷ tài xế xe buýt

❼ trạm xe buýt

❸ trạm thu phí

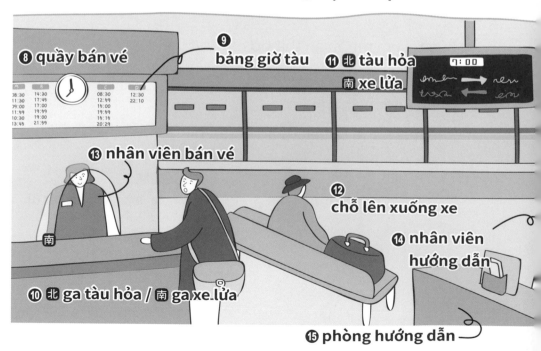

❽ quầy bán vé

❾ bảng giờ tàu

⓫ 北 tàu hỏa
南 xe lửa

7:00

❽ quầy bán vé

A	B	C	D
08:30	14:30	08:30	12:30
11:30	17:45	12:59	22:10
09:00	17:00	19:00	
11:59	19:59	19:59	
10:30	19:00	15:19	
13:45	21:59	20:29	

⓭ nhân viên bán vé

⓬ chỗ lên xuống xe

⓮ nhân viên hướng dẫn

⓾ 北 ga tàu hỏa / 南 ga xe lửa

⓯ phòng hướng dẫn

⑰ **bảng giờ xe buýt**

⑯ **bến xe buýt**

⑱ **vé**

⑲ **quầy bán vé**

㉑ **hành khách**

⑳ **nhân viên soát vé**

㉒ **đường ray**

111

① vé 票

> vé xe buýt 公車票

③ trạm thu phí 收費站

> phí sử dụng đường bộ 過路費

② tài xế xe buýt 公車司機

④ xe buýt 公車

> xe buýt địa phương 地區公車

⑥ tuyến xe buýt 公車路線

⑦ trạm xe buýt 公車站牌

Q Ở **trạm xe buýt** có nhiều người đang đợi xe buýt.
有很多人在公車站牌等公車。

⑤ khoang hành lý （下層行李空間）行李廂

> đặt hành lý vào khoang hành lý 把行李放入下層行李空間裡

❽ **quầy bán vé** 售票處

♀ Ở **quầy bán vé** có rất nhiều người.
售票處擠滿了人。

❾ **bảng giờ tàu** 時刻表

北 bảng giờ tàu hỏa /
南 bảng giờ xe lửa 火車時刻表

❿ 北 **ga tàu hỏa** /
南 **ga xe lửa** 火車站

北 lối vào tàu hỏa /
南 lối vào xe lửa 火車站入口

⓫ 北 **tàu hỏa** / 南 **xe lửa** 火車

北 du lịch bằng tàu hỏa /
南 du lịch bằng xe lửa 鐵道旅行

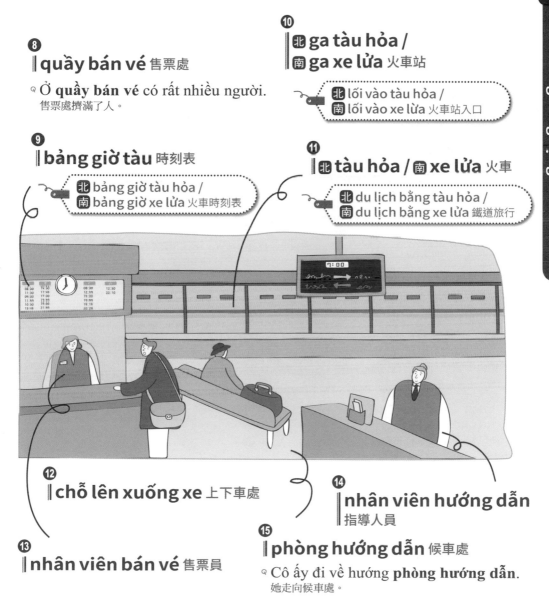

⓬ **chỗ lên xuống xe** 上下車處

⓭ **nhân viên bán vé** 售票員

⓮ **nhân viên hướng dẫn** 指導人員

⓯ **phòng hướng dẫn** 候車處

♀ Cô ấy đi về hướng **phòng hướng dẫn**.
她走向候車處。

⑯ bến xe buýt 公車總站

Xin hỏi, **bến xe buýt** gần đây nhất ở đâu?
離這裡最近的公車總站在哪裡？

⑰ bảng giờ xe buýt 公車時刻表

⑱ vé 票

> vé miễn phí 免費票

⑲ quầy bán vé 售票處

Chúng ta hãy gặp nhau ở **quầy bán vé**.
我們就在售票處見面吧。

⑳ đường ray 鐵軌

> đường ray xe lửa 火車鐵軌

⑳ nhân viên soát vé 查票員

Nhân viên soát vé đang kiểm tra vé.
查票員正在查票。

㉑ hành khách 乘客

> xe buýt loại 45 chỗ 45人座的公車

其他相關詞彙

- **tắc xi** 計程車
- **tàu điện ngầm** 捷運
- **xe đạp** 腳踏車
- **北 xe ô tô / 南 xe hơi** 汽車
- **xe máy** 摩托車
- **thuyền buồm** 帆船
- **tàu thủy** 船
- **xuồng** 小船
- **trực thăng** 直昇機
- **máy bay** 飛機

來回機票？單程機票？

當你想要購買車票時，必須告知售票員你要的是來回票還是單程票。Vé hai chiều 是指來回票的意思。Vé một chiều 是指單程票的意思。Vé hai chiều 也稱為 vé hai lượt 。另外，vé một chiều 也稱為 vé một lượt。

🗣 Xin chào. Tôi có thể giúp gì cho anh?

🧢 Tôi muốn mua vé khứ hồi đi Hà Nội.

🗣 Anh muốn đi khi nào?

🧢 Tôi muốn đi vào thứ sáu.

🗣 Vé khứ hồi đi Hà Nội giá 800.000 đồng.

🧢 Cảm ơn. Tiền đây ạ.

🗣 您好，我能幫您什麼嗎？
🧢 請給我往河內的來回票。
🗣 您什麼時候要去？
🧢 我星期五要去。
🗣 往河內的來回票是800.000萬越盾。
🧢 謝謝。錢在這。

TalkTalk Tip

Tôi muốn mua vé khứ hồi đi Tây Ninh.
請給我一張去西寧的來回票。
　　đi Đông Nai 去同奈
Tôi muốn mua vé một chiều đi Cần Thơ.
請給我一張去芹苴的單程票。
　　đi Cao Hừng 去高雄

DAY 19 機場 I 努力工作的我，出發！

Chị có túi xách không?
您有行李嗎？

Dạ, có một túi xách du lịch và một túi xách tay.
有的。我有一個旅行行李箱和一個手提包。

7 nhân viên làm thủ tục

6 vé / vé máy bay

5 quầy làm thủ tục

1 cửa lên máy bay

2 số cổng

10 dễ vỡ

9 dung dịch dễ cháy

11 cân hành lý

8 túi xách du lịch

3 thẻ lên máy bay

4 phòng chờ

116

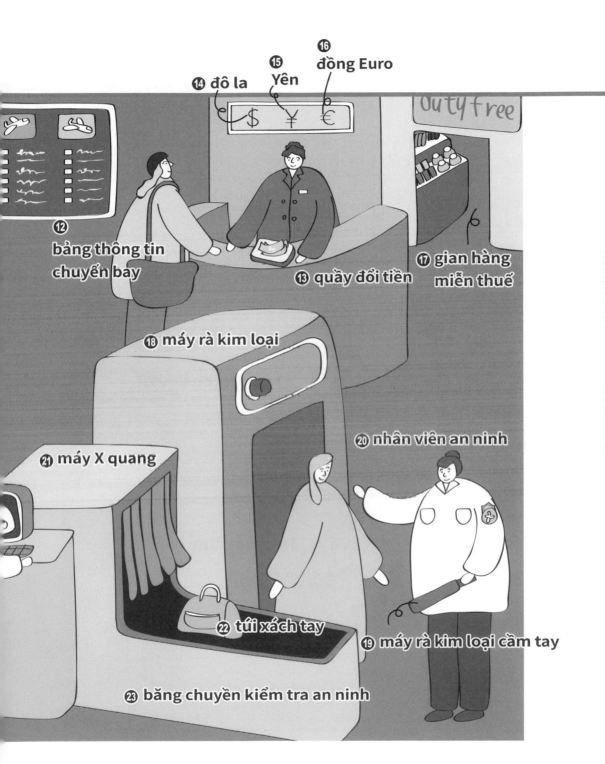

⑭ đô la
⑮ Yên
⑯ đồng Euro
⑫ bảng thông tin chuyến bay
⑬ quầy đổi tiền
⑰ gian hàng miễn thuế
⑱ máy rà kim loại
⑳ nhân viên an ninh
㉑ máy X quang
㉒ túi xách tay
⑲ máy rà kim loại cầm tay
㉓ băng chuyền kiểm tra an ninh

❶ ‖**cửa lên máy bay** 登機門

❷ ‖**số cổng** 登機門號碼

lối lên khởi hành
出境登機門

❸ ‖**thẻ lên máy bay** 登機證

Có thể in **thẻ lên máy bay** sau khi làm thủ tục qua mạng.
在線上完成辦理登機手續後就可以列印登機證。

❹ ‖**phòng chờ** 候機室

❺ ‖**quầy làm thủ tục** 辦理手續櫃檯

dành cho quầy làm thủ tục 辦理手續專用櫃檯

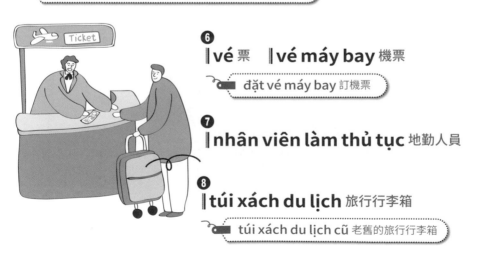

❻ ‖**vé** 票　‖**vé máy bay** 機票

đặt vé máy bay 訂機票

❼ ‖**nhân viên làm thủ tục** 地勤人員

❽ ‖**túi xách du lịch** 旅行行李箱

túi xách du lịch cũ 老舊的旅行行李箱

⑨ dung dịch dễ cháy
易燃液體

⑩ dễ vỡ 易碎（品）

⑪ cân hành ly 行李秤

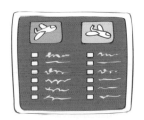

⑫ bảng thông tin chuyến bay 航班資訊看板

💬 Có thể xem **bảng thông tin chuyến bay** qua mạng.
可以透過網路查看航班資訊看板。

⑬ quầy đổi tiền 外幣兌換處

$ ⑭ đô la 美元

¥ ⑮ Yên 日元

€ ⑯ đồng Euro 歐元

⑰ gian hàng miễn thuế 免稅商店

⑱ ‖máy rà kim loại 金屬探測器

⑲ ‖máy rà kim loại cầm tay
‖手持式金屬探測器、金屬探測棒

⑳ ‖nhân viên an ninh 安檢人員

- **Nhân viên an ninh** có nhiều vai trò khác nhau.
  安檢人員擔任許多不同的角色。

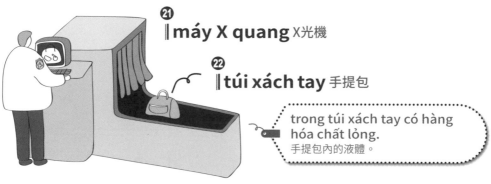

㉑ ‖máy X quang X光機

㉒ ‖túi xách tay 手提包

trong túi xách tay có hàng hóa chất lỏng.
手提包內的液體。

㉓ ‖băng chuyền kiểm tra an ninh 安全檢查傳送帶

- **Băng chuyền kiểm tra an ninh** ở vị trí trước cửa khu vực lên máy bay.
  安全檢查傳送帶在候機室入口的前面。

其他相關詞彙

- **nơi đến** 目的地
- **thời gian lên máy bay** 登機時間
- **khoang hạng thương gia** 商務艙
- **khởi hành** 出發、（飛機）起飛
- **khoang hạng nhất** 頭等艙
- **khoang hạng phổ thông** 經濟艙

Làm thủ tục qua điện thoại 用手機辦理登機手續

現在，你可以用手機在線上辦理登機手續並領取登機證。

購買機票後，你會收到航空公司發送的訊息，按照訊息的指示，你可以完成選擇座位、辦理登機證和登機手續，從此縮短了你在機場無聊地等候辦理登機手續的時間。

Xin chào. Chị vui lòng cho mượn hộ chiếu?

Đây ạ.

Chị có túi xách không?

Dạ, có một túi xách du lịch và một túi xách tay.

Chị vui lòng đặt túi xách lên cân. Vé của chị đây.

Chúc chị đi du lịch vui vẻ.

Cám ơn.

您好。請給我看一下您的護照。

在這裡。

您有行李嗎？

有的。我有一個旅行行李箱和一個手提包。

請把你的行李放到秤上。這是您的登機證。

祝您旅途愉快。

謝謝。

TalkTalk Tip

Chị vui lòng cho mượn xem hộ chiếu?
請給我看一下您的護照。

vé 票

tên 名字

Anh đến với mục đích gì?
您來的目的是什麼？

Đến để công tác.
我來這裡出差。

⑱ quầy hành lý thất lạc

⑫ hải quan

Customs Declaration

⑭ hàng hóa khai báo

Nothing to Declare

Goods to Declare

⑬ không có hàng hóa khai báo

⑯ nhân viên hải quan

⑮ khách du lịch

⑰ tờ khai hải quan

Lost & Found

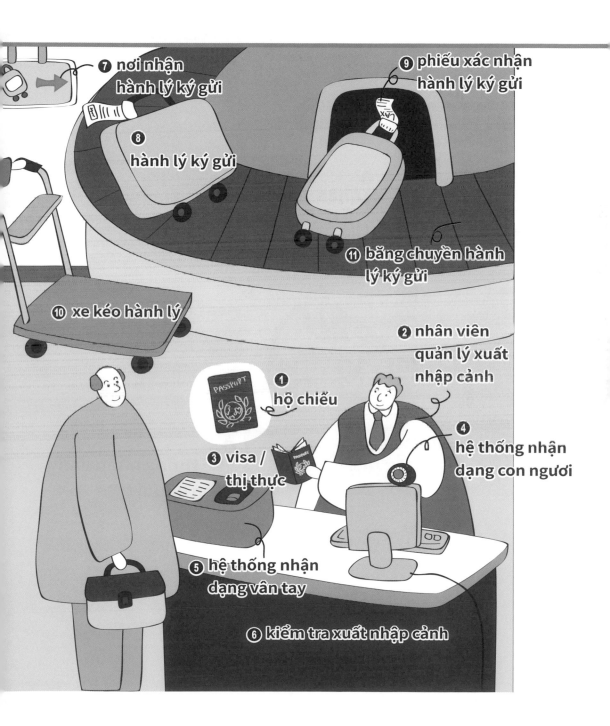

⑦ nơi nhận hành lý ký gửi

⑨ phiếu xác nhận hành lý ký gửi

⑧ hành lý ký gửi

⑪ băng chuyền hành lý ký gửi

⑩ xe kéo hành lý

② nhân viên quản lý xuất nhập cảnh

① hộ chiếu

④ hệ thống nhận dạng con ngươi

③ visa / thị thực

⑤ hệ thống nhận dạng vân tay

⑥ kiểm tra xuất nhập cảnh

kiểm tra nhập cảnh 入境檢查

1 **hộ chiếu** 護照

đăng ký hộ chiếu
申請護照

2 **nhân viên quản lý xuất nhập cảnh** 移民官

♀ **Nhân viên quản lý xuất nhập cảnh** hỏi tôi thông tin cá nhân.

海關人員詢問我的個人資料。

3 **visa / thị thực** 簽證

♀ **Visa** của cô ấy đã hết hạn 3 tháng trước.

她的簽證已經過期3個月了。

4 **hệ thống nhận dạng con ngươi** 虹膜識別系統

5 **hệ thống nhận dạng vân tay** 指紋識別系統

6 **kiểm tra xuất nhập cảnh** 出入境檢查

thông qua kiểm tra nhập cảnh 通過入境檢查

hành lí kí gửi 托運行李

❾ phiếu xác nhận hành lý ký gửi 托運行李標籤

❽ hành lý ký gửi 托運行李

hành lý ký gửi quá cân
超重的托運行李

❼ nơi nhận hành lý ký gửi
托運行李認領處

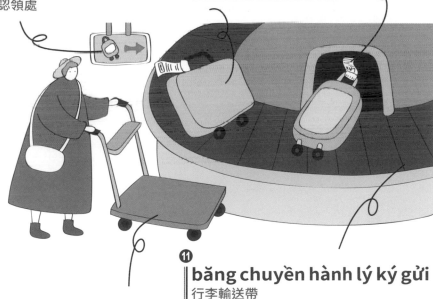

❶❶ băng chuyền hành lý ký gửi
行李輸送帶

❿ xe kéo hành lý 行李推車

▫ Ngoại trừ Mỹ, đa số **xe kéo hành lý** ở sân bay đều miễn phí.
除了美國以外，大部分機場的行李推車都是免費的。

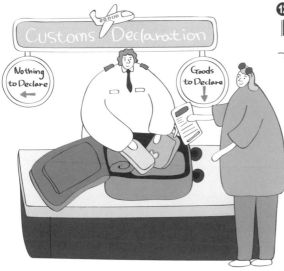

⑫ **hải quan** 關稅

> *hải qua thuế quan*
> 通過關稅

⑬ **không có hàng hoá khai báo**
沒有物品需要申報

⑭ **hàng hoá khai báo**
申報的物品

⑮ **khách du lịch** 遊客

⑯ **nhân viên hải quan** 海關人員

♀ **Nhân viên hải quan** chặn những hàng hóa bị cấm ra vào nước đó.
海關人員阻止違禁物品進入或流出該國家。

⑰ **tờ khai hải quan** 海關申報表

> *cách điền tờ khai hải quan*
> 如何填寫海關申報表

⑱ **quầy hành lý thất lạc**
遺失物中心

其他相關詞彙

- **túi đựng áo vest** 西裝袋
- **lưu trú ngắn hạn** 短暫停留
- **đóng thuế** 繳稅

- **trì hoãn** （飛機）延誤、誤點
- **mục đích nhập cảnh** 入境目的
- **công dân** 公民

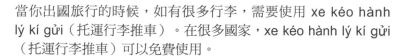

在某些機場，你要支付行李推車的租金

當你出國旅行的時候，如有很多行李，需要使用 xe kéo hành lý kí gửi（托運行李推車）。在很多國家，xe kéo hành lý kí gửi（托運行李推車）可以免費使用。

👦 Anh dự định ở Việt Nam bao lâu?

👨 Một tháng.

👦 Anh đến với mục đích gì?

👨 Đến để công tác.

👦 Hộ chiếu của anh đây. Chào mừng anh đến với Việt Nam.

👨 Cảm ơn.

👦 您打算在越南停留多久時間？
👨 一個月。
👦 您來的目的是什麼？
👨 我來這裡出差。
👦 這是您的護照。歡迎來越南。
👨 謝謝。

TalkTalk Tip

Đến để công tác.
我來這裡出差。
　　nghỉ mát 度假
　　trị bệnh 治病

Trang phục 服裝類

DAY 21 衣服 挑戰時尚之王！

Chào chị. Có cần em giúp gì không ạ?
請進！我能幫您什麼嗎？

Xin hỏi, quần bò (quần jeans) ở đâu?
不好意思，請問牛仔褲在哪裡？

① áo

② nơ

③ cổ chữ V

④ áo len

⑤ 北 áo phông / 南 áo thun tay ngắn

⑥ 北 cúc áo / 南 nút áo

⑦ áo sơ mi

⑧ áo len chui đầu

⑨ quần đùi

⑩ váy

⑪ quần

⑫ 北 quần bò / 南 quần jeans / quần denim

⑯ sơ mi mặc với áo vest

⑲ nơ cổ

⑬ áo thể thao /
áo sơ mi len

⑰ cà vạt

⑳ áo tuxedo

⑭ dây kéo

⑱ âu phục

⑮ áo khoác

㉑ váy dạ hội

㉔ bảng tên

㉒ túi

㉕ đồng phục

㉗ áo đầm

㉓ quần yếm

㉖ ma-nơ-canh

㉘ phòng thử

❶ áo 上衣

- Đây là mẫu **áo** thịnh hành nhất trong năm nay.
  這是今年最潮的上衣款式。

  🏷 áo dài tay 長袖

❷ nơ 緞帶

❸ cổ chữ V V領上衣

❹ áo len 毛衣

- Cô ấy tặng sinh nhật tôi một cái **áo len**.
  她送我一件毛衣當生日禮物。

  🏷 áo len đan bằng tay 手工編織毛衣

❺ 北 áo phông /
   南 áo thun tay ngắn T恤

- 北 **Áo phông** này có màu khác không?
- 南 **Áo thun tay ngắn** này có màu khác không?
  這件T恤有其他顏色嗎？

❻ 北 cúc áo / 南 nút áo 釦子

❼ áo sơ mi 襯衫

❾ quần đùi 短褲

- Tôi thích mặc **quần đùi** vào mùa hè.
  夏天的時候我喜歡穿短褲。

❽ áo len chui đầu 高領毛衣

- Cô ấy thường mặc **áo len chui đầu** vào mùa đông.
  冬天的時候她通常都是穿高領毛衣。

❿ váy 裙子

  🏷 váy dài 長裙

130

⑪ quần 褲子

⌕ Tôi cần mua một cái **quần**.
我需要買一件褲子。

mặc quần 穿褲子

⑫ 北 quần bò /
南 quần jeans 牛仔褲

quần denim 丹寧褲

北 quần bò phai màu
南 quần jeans phai màu
褪色牛仔褲

⑬ áo thể thao 運動衫

áo sơ mi len 毛襯衫

⌕ Ngày thường anh ấy đều mặc <u>quần bò</u>
<u>(quần jeans)</u> và **áo sơ mi len**.
他平日都穿牛仔褲和毛襯衫。

⑭ dây kéo 拉鍊

⑮ áo khoác 外套

⌕ Cái **áo khoác** da màu nâu đó rất
đắt (mắc).
那件棕色的皮外套很貴。

⑯ sơ mi mặc với áo vest 西服襯衫

⑰ cà vạt 領帶

⑱ âu phục 西裝

⌕ Doanh nhân thường
mặc **âu phục** và thắt cà vạt.
商人通常都穿西裝和打領帶。

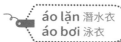

áo lặn 潛水衣
áo bơi 泳衣

⑲ nơ cổ 領結

⑳ áo tuxedo 燕尾服

⌕ Tôi thường mặc **áo tuxedo**
đi vũ trường.
我在夜店穿的是燕尾服。

áo tuxedo trắng 白色燕尾服

21 ║váy dạ hội 晚禮服

váy dạ hội trang nhã
高雅的晚禮服

24 ║bảng tên 名牌

22 ║túi 口袋

25 ║đồng phục 制服

quân phục 軍服

23 ║quần yếm 吊帶褲

các thiếu niên mặc quần yếm màu xanh
穿著藍色吊帶褲的少年們

26 ║ma-nơ-canh
人體模型

28 ║phòng thử 更衣室

○ Xin hỏi, **phòng thử** ở đâu?
更衣室在哪裡？

27 ║áo đầm 連身裙

○ Người phụ nữ đó mặc **áo đầm** cộc tay trông rất đẹp.
穿著無袖連身裙的那位女士看來很美。

其他相關詞彙

- **đồ bầu** 孕婦裝
- **北 mũ** / **南 nón** 帽子
- **áo choàng** 斗篷
- **áo ghi lê** 西裝背心

- **北 mũ bóng chày** / **南 nón bóng chày** 棒球帽
- **bịt lỗ tai chống ồn** 耳罩
- **găng tay** 手套
- **quần ôm chân** 緊身褲

鞋子種類

giày 鞋子

giày cao gót 高跟鞋

giày đế mềm 軟底鞋

giày ống 靴子

giày xăng đan 涼鞋

dép kẹp 夾腳拖鞋

😺 Chào chị. Có cần em giúp gì không ạ?

🦁 Xin hỏi, <u>quần bò (quần jeans)</u> ở đâu?

😺 Dạ, kế phòng thử.

🦁 À, cảm ơn.

😺 請進！我能幫您什麼嗎？
🦁 不好意思，請問牛仔褲在哪裡？
😺 是的，在更衣室旁邊。
🦁 好的，謝謝。

TalkTalk Tip

Quần đùi ở đâu?
請問短褲在哪裡？
　Giày dép 鞋子
　Phòng thử 試衣間

DAY 22 寶石與飾品 走在時尚尖端的飾品！

Đôi <u>hoa tai (bông tai)</u> này đẹp quá.
這對耳環好漂亮。

Chị muốn đeo thử không?
妳要不要戴戴看？

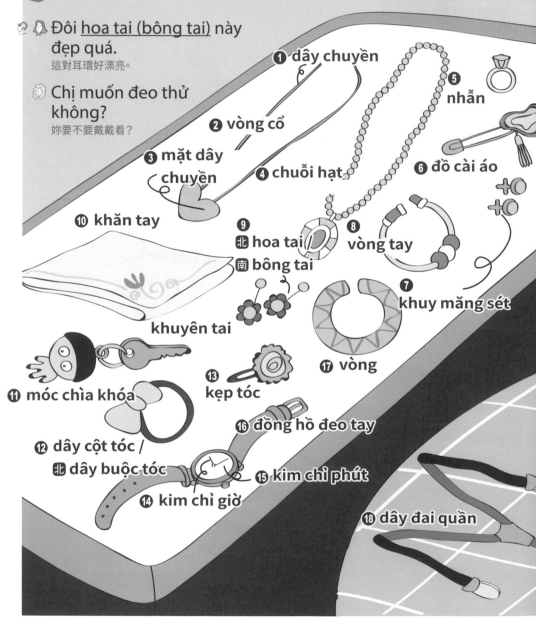

❶ dây chuyền

❷ vòng cổ

❸ mặt dây chuyền

❹ chuỗi hạt

❺ nhẫn

❻ đồ cài áo

❼ khuy măng sét

❽ vòng tay

❾ 北 hoa tai
南 bông tai

khuyên tai

❿ khăn tay

⓫ móc chìa khóa

⓬ dây cột tóc /
北 dây buộc tóc

⓭ kẹp tóc

⓮ kim chỉ giờ

⓯ kim chỉ phút

⓰ đồng hồ đeo tay

⓱ vòng

⓲ dây đai quần

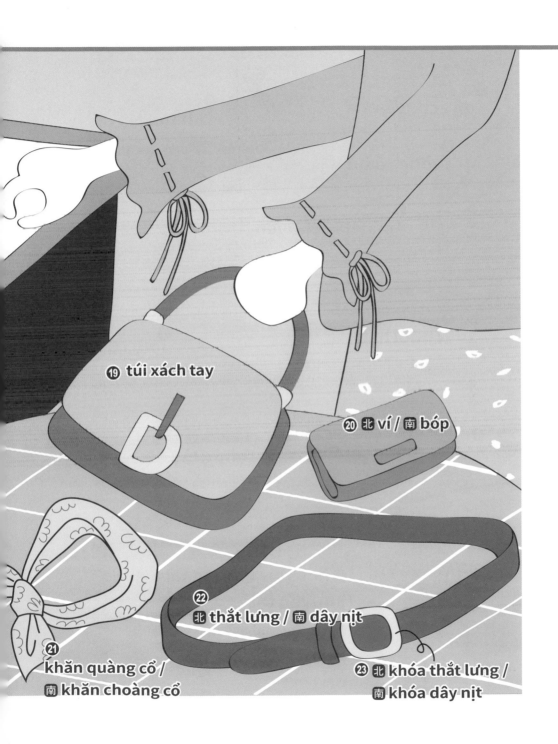

⑲ **túi xách tay**

⑳ 北 **ví** / 南 **bóp**

㉒ 北 **thắt lưng** / 南 **dây nịt**

㉑ **khăn quàng cổ** / 南 **khăn choàng cổ**

㉓ 北 **khóa thắt lưng** / 南 **khóa dây nịt**

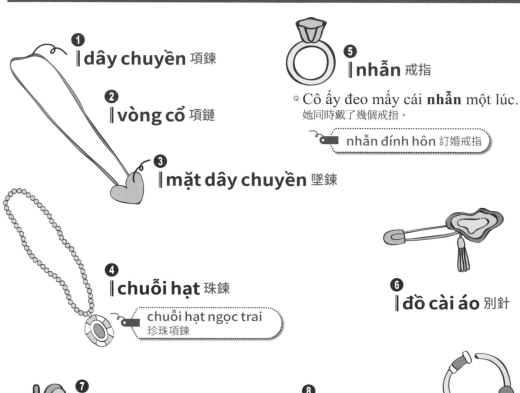

① ‖**dây chuyền** 項鍊

② ‖**vòng cổ** 項鏈

③ ‖**mặt dây chuyền** 墜鍊

④ ‖**chuỗi hạt** 珠鍊

chuỗi hạt ngọc trai
珍珠項鍊

⑤ ‖**nhẫn** 戒指

Cô ấy đeo mấy cái **nhẫn** một lúc.
她同時戴了幾個戒指。

nhẫn đính hôn 訂婚戒指

⑥ ‖**đồ cài áo** 別針

⑦ ‖**khuy măng sét** 袖扣

một cặp khuy măng sét
一對袖扣

⑧ ‖**vòng tay** 手環

Chị mua **vòng tay** đó ở đâu vậy?
那個手環妳在哪裡買的？

⑨ ‖北 **hoa tai** / 南 **bông tai** 耳環

‖**khuyên tai** 圓形耳環

北 Đôi **hoa tai** này hợp với bạn.
南 Đôi **bông tai** này hợp với bạn.
這個耳環很適合你。

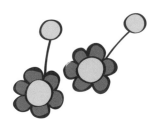

北 hoa tai bạc / 南 bông tai bạc 銀耳環

⑩ khăn tay 手帕

Anh ấy đặt **khăn tay** đỏ vào túi trước ngực.
他把一條紅色的手帕放進他胸前的口袋裡。

khăn tay bị nhàu nát 皺巴巴的手帕

⑪ móc chìa khóa 鑰匙圈

Tôi sưu tập **móc chìa khóa**.
我有收集鑰匙圈。

**⑫ dây cột tóc /
🔰 dây buộc tóc** 髮圈

⑭ kim chỉ giờ 時針

⑬ kẹp tóc 髮夾

⑮ kim chỉ phút 分針

⑰ vòng 手鐲

⑯ đồng hồ đeo tay 手錶

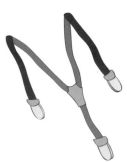

⑱ dây đai quần 褲子的吊帶

đeo dây đai quần 繫上褲子的吊帶

⑲ ‖túi xách tay 手提包

◦ Cô ấy đã mua **túi xách tay** ở tiệm đó.
她在那家商店買了一個手提包。

⑳ ‖北 ví / 南 bóp 皮夾

> 北 **ví dày**
> 南 **bóp dày**
> 厚皮夾

㉒ ‖北 thắt lưng / 南 dây nịt 腰帶、皮帶

㉑ ‖ khăn quàng cổ /
‖南 khăn choàng cổ 圍巾

㉓ ‖北 khóa thắt lưng /
‖南 khóa dây nịt 腰帶扣環

> 北 **thắt thắt lưng**
> 南 **thắt dây nịt**
> 扣上腰帶

其他相關詞彙

- **mắt kính** 眼鏡
- **túi đựng mỹ phẩm** 化妝包
- 北 **kính râm** / 南 **kiếng mát** 太陽眼鏡
- 北 **ô** / 南 **dù** 雨傘
- **vòng cổ ngọc trai** 珍珠項鍊

各種寶石

- **kim cương** 鑽石
- **hoàng ngọc** 黃玉
- **ngọc xanh** 綠寶石
- **thạch anh tím** 紫水晶
- **đá quý Olivin** 橄欖石
- **ngọc thạch** 石榴石
- **ngọc bích** 藍寶石
- **đá mắt mèo** 貓眼石
- **mã não** 瑪瑙
- **ngọc lam** 綠松石
- **đá rubi** 紅寶石
- **ngọc** 玉

各種用途的包包

túi xách tay 手提包

túi đeo vai 單肩包

túi tote
Tote 大手提包

cặp xách 書包

ba lô 背包

cặp tài liệu 公事包

TALK! TALK!

🐑 Đôi <u>hoa tai (bông tai)</u> này đẹp quá.

🦁 Chị muốn đeo thử không?

🐑 Xin hỏi, giá bao nhiêu?

🦁 3 triệu đồng.

🐑 Vậy à. Tôi lấy đôi này.

🐑 這些耳環好漂亮。
🦁 妳要不要戴戴看？
🐑 請問要多少錢？
🦁 三百萬越盾。
🐑 是喔，那我要這個。

TalkTalk Tip

Tôi đeo thử hoa tai được chứ?
我可以試戴耳環吧？
　　Ăn chút gì 吃點東西
　　Xác nhận điểm số 確認分數
Anh không đi xem phim à?
不去看電影嗎？
　　đi ăn 去吃點東西
　　đi uống rượu 去喝酒

① thợ làm vườn

🗨️ Anh ấy làm nghề gì?
他的工作是什麼？

Anh ấy là thợ làm vườn.
他是個園丁。

② nhạc sĩ /
nhà soạn nhạc

③ họa sĩ

④ kiến trúc sư

❺ lính cứu hỏa

⑥ thợ xây

⑦ doanh nhân

⑧ luật sư

⑨ thợ cơ khí

⑪ thư kí

⑫ công an / cảnh sát

⑬ người tiếp thị qua điện thoại

⑩ nhân viên đưa thư

⑮ nhà ảo thuật

⑯ kỹ sư

⑭ nhân viên công ty du lịch

141

❷ ‖nhạc sĩ 音樂家

‖nhà soạn nhạc 作曲家

🔾 Anh ấy là một người trong những **nhạc sĩ** jazz giỏi.
他是個優秀的爵士樂家之一。

❶ ‖thợ làm vườn 園丁

thợ làm vườn điêu luyện
有經驗的園丁

❸ ‖họa sĩ 畫家

họa sĩ tranh trừu tượng 抽象畫畫家

❹ ‖kiến trúc sư 建築師

kiến trúc sư tiêu biểu thế kỷ 21
21世紀代表的建築師

❺ ‖lính cứu hỏa 消防員

🔾 **Lính cứu hỏa** đã cứu đứa bé trong tòa nhà đang cháy.
消防員從失火的建築物中救出了孩子。

❻ ‖thợ xây 建築工人

🔾 **Thợ xây** làm việc bất kể nguy hiểm.
建築工人不顧危險地工作。

❼ doanh nhân 商人

nhà kinh doanh thành công
成功的商人

❽ luật sư 律師

người biện hộ cho bên bị cáo
被告的辯護人

❿ nhân viên đưa thư 郵差

Công việc chính của **nhân viên đưa thư** là nhận và chuyển bưu kiện.
郵遞員的主要工作是接收和配送郵件。

❾ thợ cơ khí 機械工

thợ cơ khí thạo nghề 有技術的機械工

⓫ thư ký 秘書

chánh văn phòng
秘書室主任

⓬ công an / cảnh sát 警察

Hai **công an** đã bắt giữ kẻ cướp trên đường.
兩名警察在路上逮捕了強盜。

143

⑬ người tiếp thị qua điện thoại 電話推銷員

Hôm qua anh ấy đã nhận 8 cuộc điện thoại tiếp thị.
昨天他接到了八通推銷電話。

⑮ nhà ảo thuật 魔術師

Bữa tiệc hôm nay có mời **nhà ảo thuật** đến biểu diễn.
今天的派對有請魔術師來表演。

⑭ nhân viên công ty du lịch
旅行社職員

Hãy tìm công ty du lịch nếu muốn tìm khách sạn hoặc chuẩn bị đi du lịch.
如果你想找飯店或準備去旅遊可以找旅行社。

⑯ kỹ sư 技師

kỹ sư có tư cách
合格的技師

其他相關詞彙

- **bảo mẫu** 保姆
- **thẩm phán** 法官
- **chủ cửa hàng thịt** 肉店老闆
- **người giúp việc** 家庭幫傭
- **kỹ thuật viên** 技術員
- **chủ quán** 店主
- **nhà thiên văn học** 天文學家
- **chủ tiệm hoa** 花店老闆
- **thủ thư** 圖書館管理員
- **mục sư** 牧師
- **nhân viên cửa hàng** 店員
- **nhà vật lý trị liệu** 物理治療師
- **nhân viên môi giới bất động sản** 不動產經紀人員

- **y tá** 護士
- **nội trợ** 家庭主婦
- **dược sĩ** 藥劑師
- **thợ sửa chữa** 修理工人
- **người phụ trách kho** 倉庫管理員
- **biên dịch viên** 編譯人員
- **lao công** 清潔隊員
- **ngư dân** 漁民
- **nhân viên cứu hộ** 救生員、救援隊員
- **linh mục** 神父
- **lập trình viên** 程式設計師

最近在越南「熱門」的工作

nhân viên phục vụ quán ăn 餐飲服務員

Yutuber Youtuber

người dẫn chương trình 主持人

🙋 Anh ấy làm nghề gì?

🧑 Anh ấy là thợ làm vườn.

🙋 Thợ làm vườn làm gì?

🧑 Thợ làm vườn làm việc chăm sóc cây.

🙋 他的工作是什麼？

🧑 他是個園丁。

🙋 園藝師是要做什麼的？

🧑 園藝師要照顧庭院的植物。

TalkTalk Tip

Anh ấy(cô ấy)là thợ làm vườn.
他（她）是個園丁。
　　doanh nhân 商人
　　kiến trúc sư 建築師

① thợ làm bánh

An, khi lớn lên em muốn làm gì?
小安，妳長大以後想要做什麼工作？

Em muốn trở thành thợ cắt tóc.
我想當理髮師。

② nghệ sĩ

③ nhiếp ảnh gia

④ nông dân

⑥ kỹ sư máy tính

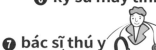

⑦ bác sĩ thú y

⑤ thợ mộc

⑨ thợ may

⑧ giáo viên /
giảng viên

⑪ **nhân viên giao hàng**

⑩ **phi công**

⑭ **phóng viên**

⑫ **đầu bếp**

⑮ **ca sĩ**

⑬ **nhà khoa học**

⑯ **thợ cắt tóc / nhà thiết kế tóc**

❶ thợ làm bánh 麵包師傅

Q **Thợ làm bánh** đang làm bánh quy đầy cá tính.
麵包師傅正在做出充滿個性風味的餅乾。

❸ nhiếp ảnh gia
攝影師

❹ nông dân 農民

> nông nghiệp hữu cơ
> 有機農業

❷ nghệ sĩ 藝術家、藝人

> nghệ sĩ nổi tiếng
> 著名的藝術家

❺ thợ mộc 木工

❻ kỹ sư máy tính 電腦工程師

Q **Kỹ sư máy tính** là một nghề đang hot.
電腦工程師是一個正熱門的職業。

❼ ‖bác sĩ thú y 獸醫師

Nếu chó của bạn không khỏe hãy mang nó đến **bác sĩ thú y** khám.
如果你的狗狗不舒服的話，你應該帶牠去看獸醫師。

❽ ‖giáo viên 老師
‖giảng viên 講師

trở thành giảng viên trường đại học
成為大學的講師

❾ ‖thợ may 裁縫師傅

Người **thợ may** đó đã làm ra hàng nghìn bộ vest.
那位裁縫師傅做過數千套西裝。

❿ ‖phi công 飛行員

sai lầm của phi công 飛行員的失誤

⓫ ‖nhân viên giao hàng 送貨員

Hiện nay rất nhiều người thất nghiệp đi làm **nhân viên giao hàng**.
現在很多失業的人選擇去當送貨員。

❸ nhà khoa học 科學家

❷ đầu bếp 廚師

❹ phóng viên 記者

> **phóng viên tự do** 自由記者

> **đầu bếp thực tập** 見習廚師

❺ ca sĩ 歌手

❻ thợ cắt tóc 理髮師

nhà thiết kế tóc 髮型設計師

Khi còn trẻ, cô ấy là **thợ cắt tóc**.
她年輕的時候是理髮師。

其他相關詞彙

- **nha sĩ** 牙醫
- **thợ cắt tóc nam** 男理髮師
- **nhân viên bảo vệ** 警衛
- **kế toán viên** 會計師

- **bác sĩ ngoại khoa** 外科醫師
- **thợ mộc** 木匠
- **thủ quỹ** 出納員
- **nhân viên tư vấn khách hàng** 客服人員

工作類型因時間或地點不同而有所不同的工作型態

việc làm thêm
兼職工作
工作的時間或地點不穩定的工作。

việc toàn thời gian
全職工作
全職的工作。

làm việc tại nhà
遠程工作
透過遠端連線在家處理公司事務的工作。

việc theo ca
輪班制工作
輪流換班的工作。

🎧 An, khi lớn lên em muốn làm gì?

👧 Em muốn trở thành thợ cắt tóc.

🎧 Tại sao em muốn trở thành thợ cắt tóc?

👧 Vì em có thể giúp mọi người trở nên đẹp hơn.

🎧 小安，妳長大以後想要做什麼工作？
👧 我想當理髮師。
🎧 為什麼妳想當理髮師呢？
👧 因為我可以幫人們變得更加漂亮。

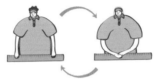

TalkTalk Tip

Khi lớn lên, tôi muốn trở thành nhà khoa học.
我長大以後想成為一名科學家。
người làm bánh 麵包師傅
nhà nghệ thuật 藝術家

151

DAY 25 學校與科目 學校的科目比人生的科目簡單多了！

Bạn thích môn học gì nhất?
你最喜歡的科目是什麼？

Mình thích môn tiếng Pháp nhất.
我最喜歡的科目是法語。

❶ nhà trẻ

❷ trường tiểu học

❺ sức khỏe

❸ trường trung học cơ sở

❹ trường phổ thông trung học

Tues	Wed	Thurs	Fri
	6 tiếng Tây Ban Nha		
	7 khoa học	**11** sinh học	**15** toán
	8 mỹ thuật	**12** hóa học	**16** tiếng Anh
	9 lịch sử	**13** âm nhạc	**17** vật lý
	10 địa lí	**14** thể dục	

① nhà trẻ 幼兒園、幼稚園

② trường tiểu học 小學

③ trường trung học cơ sở
國中、中學

④ trường phổ thông trung học 高中

⑤ sức khỏe 健康教育

⑦ khoa học 科學

⑥ tiếng Tây Ban Nha 西班牙語

⑧ ‖mỹ thuật 美術

Q Tôi thích môn **mỹ thuật**.
我喜歡美術科目。

⑨ ‖lịch sử 歷史

lịch sử hiện đại 現代歷史

⑩ ‖địa lý 地理學

Q Tôi thích môn **địa lý**.
我喜歡地理學科目

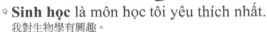

⑪ ‖sinh học 生物

Q **Sinh học** là môn học tôi yêu thích nhất.
我對生物學有興趣。

⑬ ‖âm nhạc 音樂

⑫ ‖hóa học 化學

học vị hóa học 化學學位

⑭ ‖thể dục 體育

Q Bạn thường làm gì trong giờ **thể dục**?
你常在上體育課的時候做什麼？

155

⑮ ┃toán 數學

 Q Bài **toán** học này khó giải.
這題數學很難解。

⑯ ┃tiếng Anh 英語

tiếng Anh quốc tế
國際英語

⑰ ┃vật lý 物理學

q **Vật lý** là một trong những môn học khó nhất.
物理學是最難的科目之一。

 quy tắc vật lý 物理學的定律

其他相關詞彙

- **tiếng Pháp** 法語
- **tin học** 資訊學
- **giải phẫu học** 解剖學
- **thiên văn học** 天文學
- **hóa học vô cơ** 無機化學
- **nhân loại học** 人類學
- **lịch sử mỹ thuật** 藝術史
- **lịch sử châu Âu** 歐洲史
- **kinh tế học vĩ mô** 總體經濟學
- **tâm lý học** 心理學
- **sử học thế giới** 世界史
- **thống kê học** 統計學
- **tiếng Latin** 拉丁文

- **mỹ thuật** 美勞
- **sự sáng tạo** 創造力
- **sinh lý học** 生理學
- **thực vật học** 植物學
- **động vật học** 動物學
- **xã hội học** 社會學
- **nhạc lý** 樂理
- **địa lý nhân văn** 人文地理
- **kinh tế học vi mô** 個體經濟學
- **lịch sử học Mỹ** 美國史
- **phép tính vi phân và tích phân** 微積分
- **khoa học môi trường** 環境科學

成人可以選擇進入不同類型的學校 ·······························

trường dạy nghề 職業學校
trường cao đẳng địa phương 社區大學
trường cao đẳng 專科
đại học 大學
cao học 研究所
trường luật 法學院
trường y tế 醫學院
đại học y 醫科大學

Bạn thích môn học gì nhất?

Mình thích môn tiếng Pháp nhất.

Chắc tiếng Pháp của bạn giỏi lắm nhỉ?

Da, mình thường đạt điểm cao trong kỳ thi tiếng Pháp.

你最喜歡的科目是什麼？
我最喜歡的科目是法語課。
你的法語說得好嗎？
是的，我在大部分的法語考試中都拿到高分。

TalkTalk Tip

Tôi thích môn vật lý nhất.
我最喜歡的科目是物理學。
　　tiếng Anh 英語
　　thể dục 體育
　　mỹ thuật 美術

Xin hỏi, đến khu mua sắm đi thế nào?
不好意思，請問到商場要怎麼走？

Chị đi thẳng đường này đến ngã tư <u>rẽ (quẹo)</u> phải.
這條路直走，到轉角再右轉。

❶ ủy ban nhân dân thành phố

❷ khu mua sắm

❸ bến xe buýt

❹ nhà thờ

❺ đồn cảnh sát / đồn công an

❻ trạm cứu hỏa

❼ ngân hàng

❽ công viên

⑨ thánh đường

⑩ rạp chiếu phim

⑪ tòa nhà văn phòng

⑫ tòa án

⑬ siêu thị

⑭ quán cà phê

⑮ nhà sách / 北 hiệu sách

⑯ bưu điện

⑰ tiệm hoa

⑱ tiệm bánh

⑲ tiệm giặt ủi

① ủy ban nhân dân thành phố
（市政府）市人民委員會

○ Đến **ủy ban nhân dân thành phố** đi thế nào?
請問到市人民委員會要怎麼走？

② khu mua sắm 商場

○ Ở đây là **khu mua sắm** lớn nhất thế giới.
這裡是世界上最大的商場。

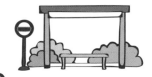

③ bến xe buýt 公車站

④ nhà thờ 教堂

○ Mỗi chủ nhật tôi đi **nhà thờ** cùng với gia đình.
我每個星期天都和家人一起去教堂。

nhà thờ lớn Hà Nội 聖若瑟大教堂

⑤ đồn cảnh sát / đồn công an 警察局

○ Cảnh sát đem anh ấy đến **đồn cảnh sát**.
警察把他帶到了警察局。

đồn cảnh sát địa phương
當地派出所

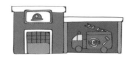

⑥ trạm cứu hỏa 消防局

○ **Trạm cứu hỏa** cách đây không xa.
消防局離這裡不遠。

báo cháy ở trạm cứu hỏa
在消防局通報火警

⑦ ngân hàng 銀行

○ Anh ấy đã đi **ngân hàng** để nhận tiền vay.
他去銀行申請貸款。

tiền tiết kiệm ở ngân hàng 銀行存款的餘額
tài khoản ngân hàng 銀行帳戶

8 công viên
公園

◦ Trong **công viên** có một cái hồ lớn.
公園裡有一座大湖。

khu vực bảo hộ động vật hoang dã
野生動物保護區

9 thánh đường
大教堂

◦ Tôi muốn đi xem **thánh đường** đẹp ở Tây Ban Nha.
我想去拜訪西班牙美麗的大教堂。

thánh đường thời trung cổ
中世紀時代的大教堂

11 tòa nhà văn phòng 辦公大樓

◦ Con đường này có nhiều **tòa nhà văn phòng**.
這條路有很多辦公大樓。

tòa nhà văn phòng hai tầng
兩層樓的辦公樓

10 rạp chiếu phim 電影院

13 siêu thị 超市

◦ Đa phần chúng tôi mua thực phẩm ở **siêu thị**.
我們大部分都在超市裡買食物。

quản lý siêu thị 超市管理員

12 tòa án 法院

tòa án quan trọng có tính lịch sử
歷史上重要的法院

14 quán cà phê 咖啡廳

quán cà phê mới mở
新開幕的咖啡廳

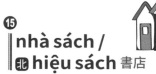

15 **nhà sách /**
北 hiệu sách 書店

> nhà sách trên mạng 網路書店

16 **bưu điện** 郵局

17 **tiệm hoa** 花店

18 **tiệm bánh** 麵包店

◦ Bánh sừng bò ở **tiệm bánh** này rất nổi tiếng.
這家麵包店的牛角麵包很有名。

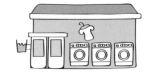

19 **tiệm giặt ủi** 自助洗衣店

其他相關詞彙

- **trung tâm mua sắm** 購物中心
- **cửa hàng thực phẩm** 食品店
- **Salon tóc** 髮廊
- **tiệm đá quý** 珠寶店
- **cửa hàng thú cưng** 寵物店
- **北 ga tàu hỏa / 南 ga xe lửa** 火車站
- **cửa hàng đồ chơi** 玩具店
- **nhà hát** 歌劇院

- **cây xăng / 北 trạm xăng** 加油站
- **nhà thuốc** 藥局
- **bệnh viện** 醫院
- **thư viện** 圖書館
- **cửa hàng giày** 鞋店
- **công ty du lịch** 旅行社
- **ga tàu điện** 地鐵站
- **khách sạn** 飯店

馬路街道

- **đèn giao thông** 紅綠燈
- **bảng tên đường** 街道路標
- **ngã tư** 十字路口
- **đèn đường** 路燈
- **vỉa hè** 人行道
- **vạch sang đường** 斑馬線
- **đường hầm** 地下道
- **北 bãi đỗ xe / 南 bãi đậu xe** 停車場

方向的各種表示

北 **rẽ trái /**
南 **quẹo trái**
左轉

北 **rẽ phải /**
南 **quẹo phải**
右轉

đi thẳng
直走

đi qua
經過

sang đường
越過

ở góc~
在～的街角

bên cạnh~
在～的旁邊

đối diện~
在～的對面

ở giữa~ và~
在～中間

🗨 Xin hỏi, đến khu mua sắm đi thế nào?

🗨 Chị đi thẳng đường này đến ngã tư rẽ (quẹo) phải.

🗨 Đi thẳng sau đó đến ngã tư rẽ (quẹo) phải?

🗨 Phải. Sẽ thấy khu mua sắm ở bên phải.

🗨 Cám ơn.

🗨 不好意思，請問到商場要怎麼走？
🗨 這條路直走，到十字路口再右轉。
🗨 直走，然後到十字路口再右轉？
🗨 是的。會看到購物中心在右手邊。
🗨 謝謝。

TalkTalk Tip

Xin lỗi , đến tiệm hoa đi thế nào?
不好意思，請問到花店要怎麼走？
quán cà phê 咖啡廳
viện bảo tàng 博物館

Đặc điểm của lạc đà là gì?
駱駝的特徵是什麼？

Trên lưng có hai bướu.
Cũng có lạc đà chỉ có một bướu.
牠們的背面上有兩個駝峰。
也有些只有一個駝峰的駱駝。

❶ nhím

❷ gấu mèo bắc Mỹ

❸ gấu Bắc cực

❹ hươu

❺ chuột

❻ sóc chuột

❼ lạc đà

❽ sóc

❾ voi

❿ hà mã

⑪ tê giác

⑫ sư tử

⑬ báo đốm

⑭ hươu cao cổ

⑮ ngựa vằn

⑯ chuột túi /
kangaroo

❶ ‖nhím 刺猬

◦ **Nhím** là loài gặm nhấm.
刺猬是一種囓齒類動物。

❷ ‖gấu mèo bắc Mỹ 狸貓

❸ ‖gấu Bắc cực 北極熊

❹ ‖hươu 鹿

hươu sao 梅花鹿

❺ ‖chuột 老鼠

chuột thí nghiệm 實驗用老鼠

❻ ‖sóc chuột 花栗鼠

◦ **Sóc chuột** là loài gặm nhấm họ sóc.
花鼠是松鼠科的囓齒類動物。

❼ ‖lạc đà 駱駝

áo khoác lông lạc đà 駱駝毛大衣

⑧ sóc 松鼠

🔊 **Sóc** chạy tong tỏng qua đám cỏ.
松鼠咚咚咚地跑過草地。

⑨ voi 大象

🏷 đàn voi 大象群

⑩ hà mã 河馬

⑪ tê giác 犀牛

🔊 Để lấy sừng, những kẻ săn trộm đã
giết **tê giác** đen.
盜獵者為了犀牛角而獵殺黑犀牛。

⑬ báo đốm 美洲豹

🏷 báo tuyết 雪豹

⑫ sư tử 獅子

🏷 sư tử con 小獅子

⑭
▮hươu cao cổ 長頸鹿

🔍 **Hươu cao cổ** là động vật có vú cao nhất trên trái đất.
長頸鹿是地球上最高的哺乳類動物。

⑮
▮ngựa vằn 斑馬

áo sơ mi có họa tiết ngựa vằn
斑馬紋襯衫

⑯
▮chuột túi / kangaroo 袋鼠

🔍 **Chuột túi** chân sau có sức mạnh và đuôi dài, chân trước ngắn.
袋鼠有很強勁的後腿、長尾巴和短短的前腿。

其他相關詞彙

- **cá chép vàng** 錦鯉
- **chó** 狗
- **dơi** 蝙蝠
- **khỉ** 猴子
- **linh cẩu** 鬣狗
- **cừu** 綿羊
- **trâu** 水牛

- **thỏ** 兔子
- **chó con** 小狗
- **cáo** 狐狸
- **hổ** 老虎
- **gấu túi** 無尾熊
- **cừu non** 小綿羊
- **nghé** 小水牛

- **mèo** 貓
- **ngựa nhỏ** 小馬
- **sói** 狼
- **gấu** 熊
- **chồn hôi** 臭鼬
- **bò** 牛

- **mèo con** 小貓
- **lừa** 驢子
- **ngựa** 馬
- **sói đồng cỏ** 郊狼
- **dê** 山羊
- **bê** 小牛

表現動物特徵的名稱

sừng 角

chân 腳掌

bướu 駝峰

sọc vằn 紋路

mũi 鼻子
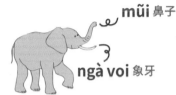
ngà voi 象牙

bờm 鬃毛

túi đựng chuột túi con
裝小袋鼠的育兒袋

Đặc điểm của lạc đà là gì?

Trên lưng có hai bướu. Cũng có lạc đà chỉ có một bướu.

Còn có đặc điểm nào khác không?

Ăn thực vật sa mạc như cây hay cỏ.

駱駝的特徵是什麼？

牠們的背面上有兩個駝峰。也有些只有一個駝峰的駱駝。

還有其他的特徵嗎？

牠們吃沙漠植物，如樹葉或草等。

TalkTalk Tip

Đặc điểm của lạc đà là gì?
駱駝的特徵是什麼？

hươu cao cổ 長頸鹿

ngựa vằn 斑馬

Bạn đi du lịch biển thế nào?
你的海洋旅行怎麼樣？

Rất tuyệt. Mình đã thấy rùa
biển bơi trên biển.
很酷。我看到海龜在海裡游泳。

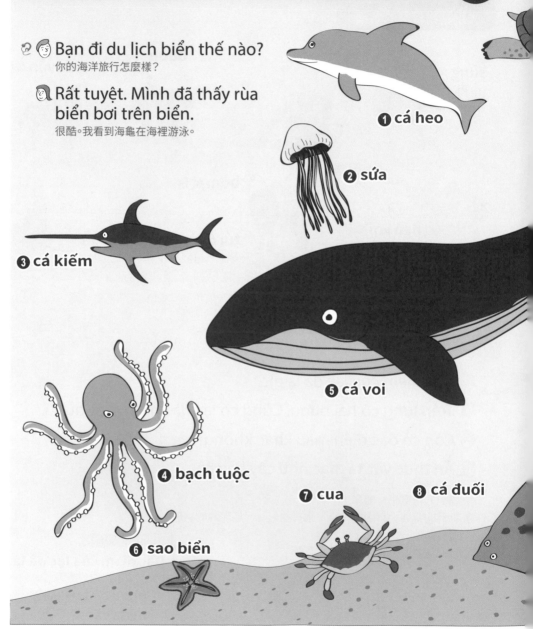

❶ cá heo

❷ sứa

❸ cá kiếm

❺ cá voi

❹ bạch tuộc

❼ cua

❽ cá đuối

❻ sao biển

⑨ rùa biển

⑩ rái cá

⑪ báo biển

⑫ cá mập

⑬ cá ngừ

⑮ mực

⑭ lươn

⑯ hải mã / cá ngựa

⑰ ốc biển

171

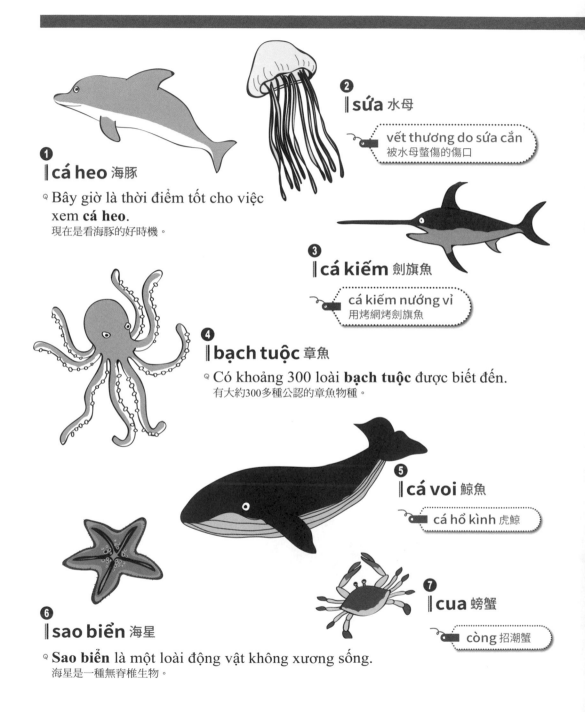

❷ ‖súa 水母

vết thương do sứa cắn
被水母螫傷的傷口

❶ ‖cá heo 海豚

Bây giờ là thời điểm tốt cho việc xem **cá heo**.
現在是看海豚的好時機。

❸ ‖cá kiếm 劍旗魚

cá kiếm nướng vỉ
用烤網烤劍旗魚

❹ ‖bạch tuộc 章魚

Có khoảng 300 loài **bạch tuộc** được biết đến.
有大約300多種公認的章魚物種。

❺ ‖cá voi 鯨魚

cá hổ kình 虎鯨

❼ ‖cua 螃蟹

còng 招潮蟹

❻ ‖sao biển 海星

Sao biển là một loài động vật không xương sống.
海星是一種無脊椎生物。

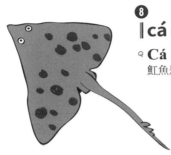

❽ cá đuối 魟魚

🔊 **Cá đuối** là loài cá nhưng không giống cá.
魟魚是魚，但看起來不像魚。

❾ rùa biển 海龜

🔊 **Rùa biển** trở về nơi mình sinh ra để đẻ trứng.
海龜產卵時會回到牠們的出生地產卵。

❿ rái cá 水獺

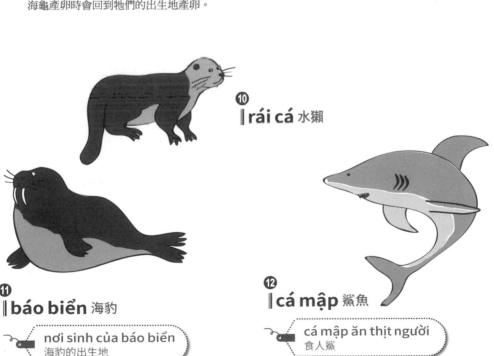

⓫ báo biển 海豹

🏷 nơi sinh của báo biển
海豹的出生地

⓬ cá mập 鯊魚

🏷 cá mập ăn thịt người
食人鯊

173

⑬ cá ngừ 鮪魚

> cá ngừ đóng hộp 鮪魚罐頭

⑭ lươn 鰻魚

> con lươn nhẵn bóng
> 滑溜的鰻魚

⑮ mực 魷魚

> mực của con mực
> 魷魚的墨汁

⑯ hải mã / cá ngựa 海馬

⑰ ốc biển 海螺

其他相關詞彙

- **tảo** 藻類
- **sinh vật phù du** 浮游生物
- **bào ngư** 鮑魚
- **cá tuyết** 鱈魚
- **chim hải âu** 海鷗

- **rong biển** 海藻
- **san hô** 珊瑚
- **cá thiên thần** 神仙魚
- **cá bơn** 比目魚
- **cá trích** 鯡魚

- **bọt biển** 海綿
- **đá ngầm** 礁石
- **cá nóc** 河豚
- **hải cẩu** 海狗
- **hải tượng** 海象

魚的各部位名稱

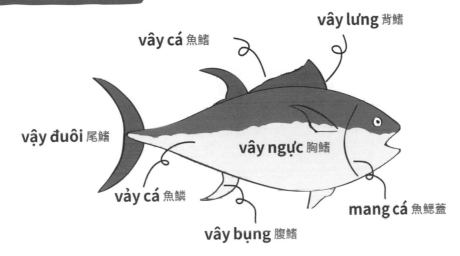

vây cá 魚鰭

vây lưng 背鰭

vậy đuôi 尾鰭

vây ngực 胸鰭

vảy cá 魚鱗

mang cá 魚鰓蓋

vây bụng 腹鰭

Bạn đi du lịch biển thế nào?

Rất tuyệt. Mình đã thấy rùa biển bơi trên biển.

Thật tuyệt vời.

Đẹp lắm. Bạn cũng nên du lịch biển một lần đi.

妳的海上行程怎麼樣了？

很酷。我在海上看到海龜在游泳。

太酷了吧。

真的非常美麗。你也應該去一趟海洋旅行看看。

TalkTalk Tip

Mình đã thấy cá kiếm bơi trên biển.

我在海上看到劍魚在游泳。

cá heo 海豚

cá đuối 魟魚

175

Bạn có nuôi thú cưng không?
你有養寵物嗎？

Có, mình có nuôi hai con kỳ đà.
有的，我有養兩隻蜥蜴。

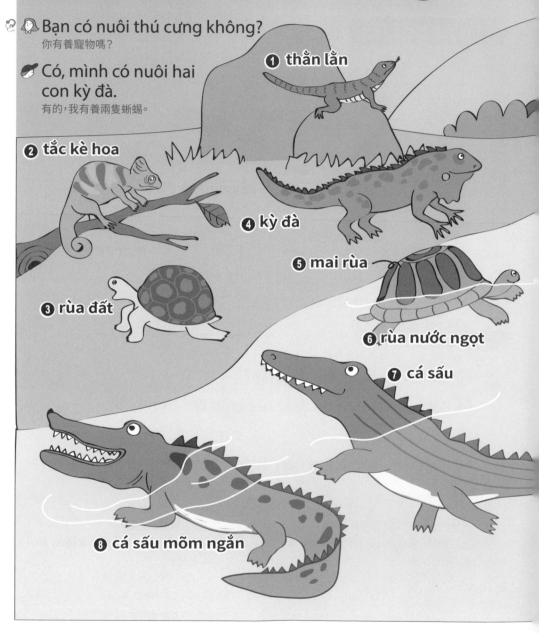

❶ thằn lằn

❷ tắc kè hoa

❹ kỳ đà

❺ mai rùa

❸ rùa đất

❻ rùa nước ngọt

❼ cá sấu

❽ cá sấu mõm ngắn

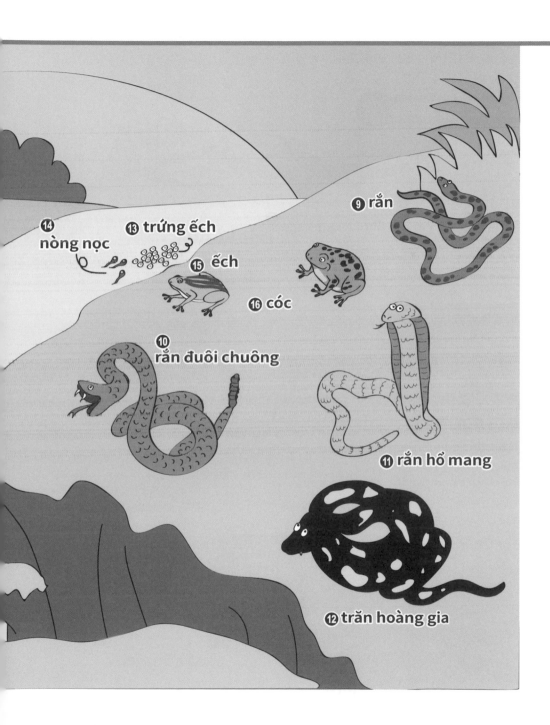

⑨ rắn

⑭ nòng nọc

⑬ trứng ếch

⑮ ếch

⑯ cóc

⑩ rắn đuôi chuông

⑪ rắn hổ mang

⑫ trăn hoàng gia

loài bò sát 爬蟲類

1 ‖**thằn lằn** 壁虎、守宮

⌕ **Thằn lằn** có thể cắt đứt đuôi của mình.
壁虎可以弄斷牠們自己的尾巴。

2 ‖**tắc kè hoa** 變色龍

⌕ Cô ấy nuôi **tắc kè hoa** làm thú cưng.
她養一隻變色龍當寵物。

3 ‖**rùa đất** 陸龜

⌕ **Rùa đất** có vỏ cứng có thể bảo vệ cơ thể.
陸龜有堅硬的外殼，能保護牠們的身體。

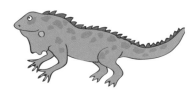

4 ‖**kỳ đà** 蜥蜴

⌕ **Kỳ đà** xanh có thể sống trên 20 năm.
綠鬣蜥可以活超過20年以上。

5 ‖**mai rùa** 龜殼

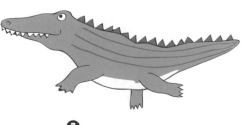

6 ‖**rùa nước ngọt** 淡水龜

7 ‖**cá sấu** 鱷魚

❽ cá sấu mõm ngắn 短吻鱷

Q **Cá sấu mõm ngắn** sống trong môi trường nước sạch.
短吻鱷生活在乾淨的水裡。

❾ rắn 蛇

rắn độc 毒蛇

❿ rắn đuôi chuông 響尾蛇

Q **Rắn đuôi chuông** nổi tiếng với tiếng leng keng.
響尾蛇以牠咯咯的嚮聲而聞名。

⓫ rắn hổ mang 眼鏡蛇

rắn hổ mang chúa 眼鏡王蛇

⓬ trăn hoàng gia 球蟒

Q **Trăn hoàng gia** sống ở nơi nóng ẩm.
球蟒居住在炎熱潮濕的地方。

loài lưỡng cư 兩棲動物

⑬ trứng ếch 青蛙卵

⑭ nòng nọc 蝌蚪

⑮ ếch 青蛙

⑯ cóc 蟾蜍

其他相關詞彙

- **động vật máu lạnh** 冷血動物
- **da mềm mại** 濕潤的皮膚
- **xương sống** 脊椎
- **da bao phủ bằng vảy** 鱗狀皮膚
- **da khô** 乾燥的皮膚

蛇類

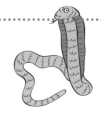

- **rắn độc** 毒蛇
- **trăn siết mồi** 紅尾蚺
- **rắn trâu** 南蛇
- **rắn độc** 毒蛇
- **trăn Nam Mỹ** 蚺蛇
- **rắn lục mũi hếch** 百步蛇
- **rắn san hô** 珊瑚蛇

蜥蜴的種類

- **thằn lằn cổ diềm** 傘蜥蜴
- **thằn lằn không chân** 無腳蜥蜴

烏龜的種類

- **rùa hộp** 箱龜
- **rùa bùn** 泥龜
- **rùa cá sấu** 鱷龜
- **rùa xạ hương** 麝香龜
- **rùa quản đồng** 赤蠵龜
- **ba ba** 鱉

具有長相類似但特徵不同的動物

rùa đất
陸龜

rùa biển
海龜

1. Rùa đất（陸龜）和 Rùa biển（海龜）都是爬行動物。
Rùa đất 生活在陸地上。Rùa biển 生活在水裡或岸邊。

cá sấu mõm ngắn 短吻鱷

2. 短吻鱷：嘴巴是 U 形的，閉上嘴巴時就看不到牙齒。鱷魚：嘴巴是 V 形的，當嘴巴閉上時，牙齒看起來排列參差不齊。

cá sấu 鱷魚

🗨️ Bạn nuôi thú cưng không?

🧢 Có, mình có nuôi hai con kỳ đà.

🗨️ Kỳ đà ăn gì?

🧢 Là động vật ăn cỏ nên ăn hoa quả, hoa hay lá cây.

🗨️ 你有養寵物嗎？
🧢 有的，我有養兩隻蜥蜴。
🗨️ 蜥蜴吃什麼？
🧢 牠們是草食動物，所以吃水果、花朵或葉子。

TalkTalk Tip

Thú cưng mình đang nuôi là trăn hoàng gia.
我正在養的寵物是球蟒。

vẹt 鸚鵡

rùa 烏龜

Đó là chim gì?
那隻鳥是什麼鳥？

Đó là con hồng hạc.
那是紅鶴。

❶ đà điểu

❷ vẹt

❹ gà trống

❻ gà mái

❸ bồ câu

❺ gà con

❼ 北 ổ áp trứng / ổ gà

❽ trứng

⑪ cú / chim cú / cú mèo

⑩ hải âu

⑨ đại bàng

⑫ chim công

⑭ chim gõ kiến

⑬ chim hồng hạc

⑮ vịt

⑯ thiên nga

183

❶ ‖đà điểu 鴕鳥

○ **Đà điểu** nặng và cao nhất trong các loài chim.
鴕鳥是鳥類中最高且最重的鳥。

❷ ‖vẹt 鸚鵡

○ Đa phần **vẹt** sống ở vùng nhiệt đới.
大部分鸚鵡生活在熱帶的地區。

❸ ‖bồ câu 鴿子

○ **Bồ câu** đang kêu cục cục và có nhịp điệu.
鴿子在很有節奏地咕咕叫。

❹ ‖gà trống 公雞

○ **Gà trống** luôn gáy.
公雞一直在啼叫。

❺ ‖gà con 小雞

❽ ‖trứng 蛋

❻ ‖gà mái 母雞

chuồng gà 雞舍

❼ ‖ổ áp trứng / 北 **ổ gà** 雞窩

184

⑨ đại bàng 鵰

mắt sắc bén 銳利的眼睛

lông 羽毛

mỏ 鳥喙

đuôi 尾巴

cánh 翅膀

móng vuốt 爪

⑩ hải âu 海鷗

đàn hải âu đói
一群飢餓的海鷗

⑪ cú / chim cú / cú mèo 貓頭鷹

Thức ăn của **cú mèo** là các loài gặm nhấm.
貓頭鷹的食物是嚙齒類動物。

⑬ chim hồng hạc
紅鶴

⑫ chim công 孔雀

lông chim công 孔雀羽毛

Chim hồng hạc nổi tiếng với cổ hình chữ S và lông màu hồng đậm.
紅鶴以牠S形的脖子和深粉紅色的羽毛而聞名。

185

⑭ ‖chim gõ kiến 啄木鳥

◦ Khu vực bảo hộ này là nơi cư trú
của **chim gõ kiến**.
這個環境保護區是啄木鳥的棲息地。

⑮ ‖vịt 鴨子

◦ Đàn **vịt** đi lảo đảo qua đường.
一群鴨子搖搖擺擺地一起過馬路。

⑯ ‖thiên nga 天鵝

> thiên nga tao nhã 優雅的天鵝

其他相關詞彙

- **diều hâu** 鷹
- **chim sẻ** 麻雀
- **chim cánh cụt** 企鵝
- **chích chòe** 鵲鴝

- **sếu** 鶴
- **bồ nông** 鵜鶘
- **quạ** 烏鴉
- **chim dodo** 渡渡鳥

- **cò** 鸛
- **chim ruồi** 蜂鳥
- **diệc trắng** 白鷺鷥

與鳥類有關的用語

nổi da gà 雞皮疙瘩

vịt con xấu xí 醜小鴨

gà trống nuôi con 單親爸爸獨養孩子

miệng quạ 烏鴉嘴

nhìn gà hóa cuốc 眼花、看錯

🐧 Hãy nhìn con chim kia.

🎩 Đó là chim gì?

🐧 Đó là chim hồng hạc.

🎩 Màu sắc đẹp thật.

🐧 你看那隻鳥!
🎩 那隻鳥是什麼鳥？
🐧 那是紅鶴。
🎩 顏色很漂亮。

TalkTalk Tip

Đó là chim hồng hạc.	**Màu sắc đẹp thật.**
那是紅鶴。	顏色很漂亮。
đại bàng 鵰	**Móng vuốt cứng và nhọn.** 爪子很硬又尖銳。
chim công 孔雀	**Cái đuôi đẹp thật.** 尾巴很漂亮。
chim gõ kiến 啄木鳥	**Tiếng đục cây to thật.** 啄樹木的聲音很響亮。

Tôi đã đi cắm trại.

我去露營了。

Thích thật. Bạn cắm trại thế nào?

好酷。露營好玩嗎？

Không tệ lắm nhưng nhiều muỗi quá.

還不錯，但是蚊子太多了。

❶ ong chúa

❷ nhện

❹ bướm

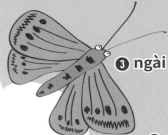

❸ ngài

❼ ong mật

❺ muỗi

❽ bọ rùa

❻ châu chấu

❼ ong mật

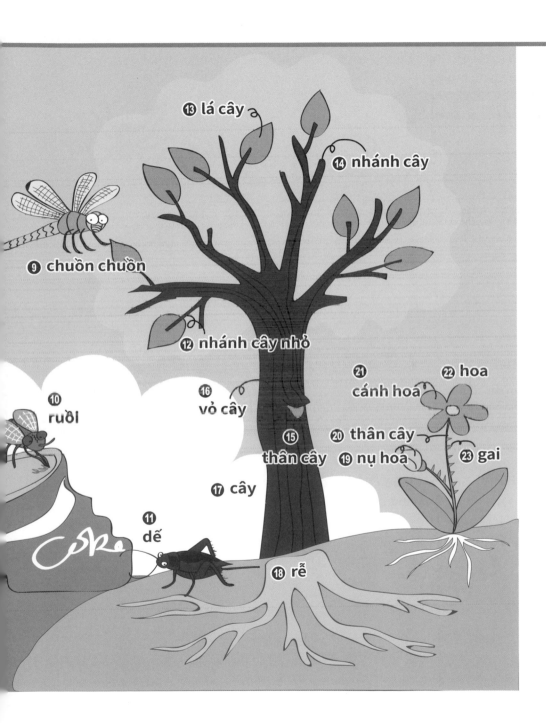

⑬ lá cây

⑭ nhánh cây

⑨ chuồn chuồn

⑫ nhánh cây nhỏ

⑩ ruồi

⑯ vỏ cây

㉑ cánh hoa

㉒ hoa

⑮ thân cây

⑳ thân cây

⑲ nụ hoa

㉓ gai

⑰ cây

⑪ dế

⑱ rễ

côn trùng 昆蟲

❷ nhện 蜘蛛

nhện nhiều lông 毛蜘蛛

❶ ong chúa 女王蜂

❸ ngài 蠶蛾

❹ bướm 蝴蝶

○ **Bướm** nếm mùi bằng chân.
蝴蝶用腳嘗味道。

❺ muỗi 蚊子

loài muỗi
蚊子種類

❻ châu chấu 蚱蜢

○ **Châu chấu** là côn trùng hầu như chúng ta gặp hàng ngày.
蚱蜢是我們幾乎每天都會看到的昆蟲之一。

❼ ong mật 蜜蜂

ngòi ong 蜂針

❽ bọ rùa 瓢蟲

○ **Bò rùa** là một loài côn trùng có ích.
瓢蟲是一種益蟲。

⑨ ‖chuồn chuồn 蜻蜓

⚬ **Chuồn chuồn** có thể ăn vài trăm con muỗi một ngày.
蜻蜓一天內可以吃幾百隻蚊子。

⑩ ‖ruồi 蒼蠅

⚬ Một con **ruồi** đậu trên rác.
蒼蠅停在垃圾上。

⑪ ‖dế 蟋蟀

⚬ Khi trời tối thì có thể nghe tiếng **dế** kêu.
到了晚上，你會聽到蟋蟀的聲音。

cây 樹木

⑫ ‖nhánh cây nhỏ 小樹枝

tiếng gãy nhánh cây nhỏ
小樹枝被折斷的聲音

⑬ ‖lá cây 樹葉

tiếng sột soạt của lá cây 樹葉的沙沙聲

⑭ ‖nhánh cây 葉枝

nhánh cây vươn thẳng ra 伸直的樹枝

⑮ ‖thân cây 樹幹

thân cây cong vẹo và gập ghềnh
凹凸不平的樹幹

⑯ ‖vỏ cây 樹皮

vỏ cây sần sùi 粗糙的樹皮

⑰ ‖cây 樹

⑱ ‖rễ 樹根

rễ sâu / rễ cạn 深根／淺根

hoa 花

㉑ cánh hoa 花瓣

cánh hoa hồng khô
乾燥玫瑰花瓣

㉒ hoa 花

⑲ nụ hoa 花苞

🗨 **Nụ hoa** huệ nhú ra.
晚香玉的花苞長出來了。

⑳ thân cây 花莖

phần dưới thân cây
花莖的底部

㉓ gai 刺

🗨 Một số loài hoa có **gai**.
有些花有刺。

其他相關詞彙

- **tổ ong** 蜂巢
- **gián** 蟑螂
- **tơ nhện** 蜘蛛絲
- **bọ ngựa** 螳螂
- **bọ chét** 跳蚤

花草名稱

- **cỏ chân ngỗng** 銀蓮草
- **hoa đỗ quyên** 杜鵑花
- **hoa cẩm chướng** 康乃馨
- **hoa thục quỳ** 蜀葵花
- **hoa diên vĩ** 鳶尾花
- **hoa hồng** 玫瑰花
- **hoa đinh hương** 丁香花
- **hoa mộc lan** 木蘭花
- **hoa thủy tiên** 水仙花
- **hoa păng xê** 三色堇
- **hoa hướng dương** 向日葵
- **hoa anh đào** 櫻花

- **hoa cẩm tú cầu** 繡球花
- **cúc vạn thọ** 萬壽菊
- **cúc ngũ sắc** 百日菊
- **hoa cúc trắng** 白菊花
- **北 hoa nhài / 南 hoa lài** 茉莉花
- **cây nguyệt quế** 月桂樹
- **hoa huệ** 晚香玉
- **hoa loa kèn** 麝香百合
- **hoa lan** 蘭花
- **cây anh túc** 罌粟花
- **hoa oải hương** 薰衣草
- **cỏ lưu ly** 勿忘我

昆蟲的特徵與蝴蝶的一生

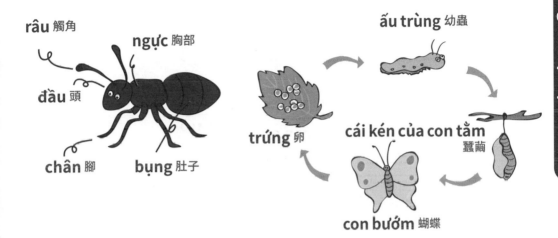

râu 觸角

ngực 胸部

đầu 頭

chân 腳

bụng 肚子

ấu trùng 幼蟲

trứng 卵

cái kén của con tằm 蠶繭

con bướm 蝴蝶

🐞 Tuần trước bạn đã làm gì?

🐛 Tôi đi cắm trại.

🐞 Thích thật. Bạn cắm trại thế nào?

🐛 Không tệ lắm nhưng nhiều muỗi quá.

🐞 你上禮拜做了什麼？
🐛 我去露營了。
🐞 好酷。露營好玩嗎？
🐛 還不錯，但是蚊子太多了。

> **TalkTalk Tip**
>
> **Không tệ lắm nhưng nhiều nhện quá.**
> 還不錯，但是蜘蛛太多了。
> **kiến** 螞蟻
> **ngài** 蠶蛾

Có chuyện gì thế?
妳怎麼了？

Hình như chân tôi bị bong gân.
我的腳踝好像扭傷了。

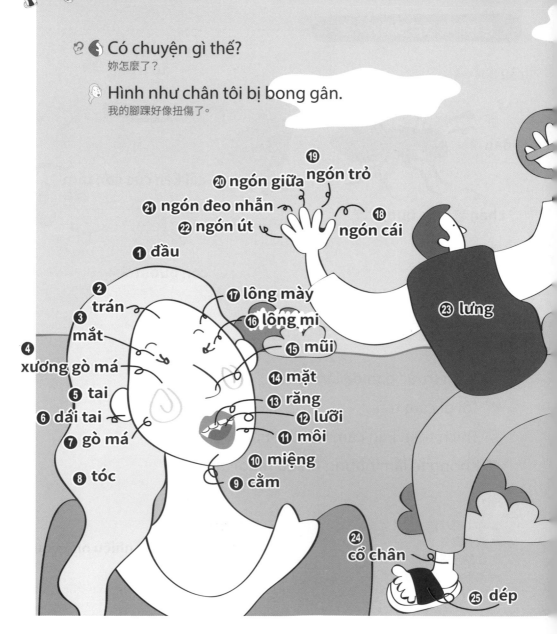

⑲ ngón trỏ
⑳ ngón giữa
㉑ ngón đeo nhẫn
㉒ ngón út
⑱ ngón cái
① đầu
② trán
③ mắt
④ xương gò má
⑤ tai
⑥ dái tai
⑦ gò má
⑧ tóc
⑰ lông mày
⑯ lông mi
⑮ mũi
⑭ mặt
⑬ răng
⑫ lưỡi
⑪ môi
⑩ miệng
⑨ cằm
㉓ lưng
㉔ cổ chân
㉕ dép

28 ngón tay

29 tay 30 lòng bàn tay

39 vai

40 cổ

31 cổ tay

38 cánh tay

37 khuỷu tay

32 ngực

33 chân

34 đùi

36 eo

35 đầu gối

27 chân

26 ngón chân

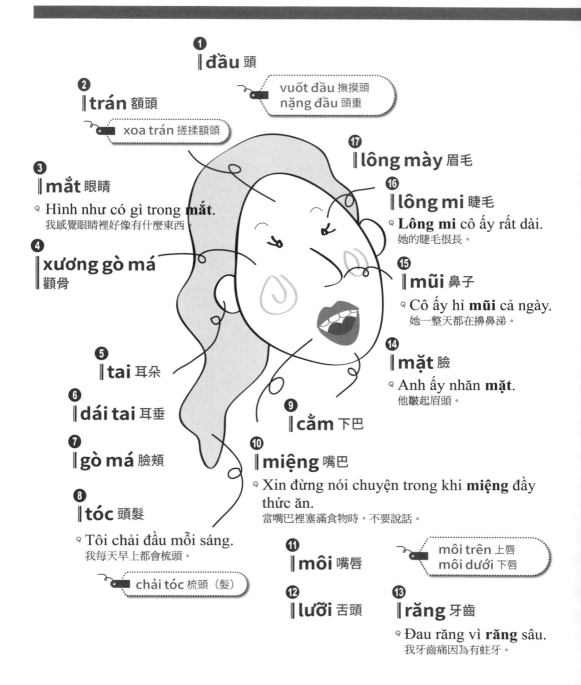

① ‖**đầu** 頭

vuốt đầu 撫摸頭
nặng đầu 頭重

② ‖**trán** 額頭

xoa trán 搓揉額頭

③ ‖**mắt** 眼睛

⚬ Hình như có gì trong **mắt**.
　我感覺眼睛裡好像有什麼東西。

④ ‖**xương gò má**
額骨

⑤ ‖**tai** 耳朵

⑥ ‖**dái tai** 耳垂

⑦ ‖**gò má** 臉頰

⑧ ‖**tóc** 頭髮

⚬ Tôi chải đầu mỗi sáng.
　我每天早上都會梳頭。

chải tóc 梳頭（髮）

⑨ ‖**cằm** 下巴

⑩ ‖**miệng** 嘴巴

⚬ Xin đừng nói chuyện trong khi **miệng** đầy
thức ăn.
　當嘴巴裡塞滿食物時，不要說話。

⑪ ‖**môi** 嘴唇

môi trên 上唇
môi dưới 下唇

⑫ ‖**lưỡi** 舌頭

⑬ ‖**răng** 牙齒

⚬ Đau răng vì **răng** sâu.
　我牙齒痛因為有蛀牙。

⑰ ‖**lông mày** 眉毛

⑯ ‖**lông mi** 睫毛

⚬ **Lông mi** cô ấy rất dài.
　她的睫毛很長。

⑮ ‖**mũi** 鼻子

⚬ Cô ấy hỉ **mũi** cả ngày.
　她一整天都在擤鼻涕。

⑭ ‖**mặt** 臉

⚬ Anh ấy nhăn **mặt**.
　他皺起眉頭。

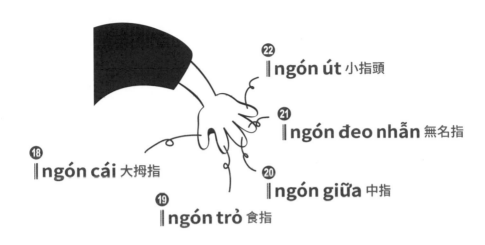

㉒ ‖**ngón út** 小指頭

㉑ ‖**ngón đeo nhẫn** 無名指

⑱ ‖**ngón cái** 大拇指

⑳ ‖**ngón giữa** 中指

⑲ ‖**ngón trỏ** 食指

㉓ ‖**lưng** 背

dựa lưng 靠背

㉗ ‖**chân** 腳
 Cô ấy bị thương ở **chân**.
 她的腳受傷了。

㉔ ‖**cổ chân** 腳踝
 Sau khi tập luyện **cổ chân**
 anh ấy nóng bừng.
 鍛練之後，他的腳踝發熱。

㉖ ‖**ngón chân** 腳趾
 Ngón chân tôi dài.
 我的腳趾很長。

㉕ ‖**dép** 鞋子

197

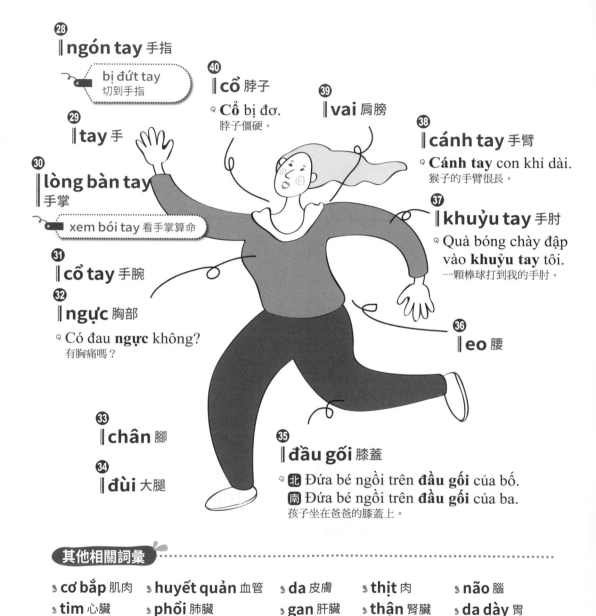

㉘ ngón tay 手指

bị đứt tay 切到手指

㉙ tay 手

㉚ lòng bàn tay 手掌

xem bói tay 看手掌算命

㉛ cổ tay 手腕

㉜ ngực 胸部

○ Có đau **ngực** không?
有胸痛嗎？

㉝ chân 腳

㉞ đùi 大腿

㊵ cổ 脖子

○ **Cổ** bị đơ.
脖子僵硬。

㊴ vai 肩膀

㊳ cánh tay 手臂

○ **Cánh tay** con khỉ dài.
猴子的手臂很長。

㊲ khuỷu tay 手肘

○ Quả bóng chày đập vào **khuỷu tay** tôi.
一顆棒球打到我的手肘。

㊱ eo 腰

㉟ đầu gối 膝蓋

○ 北 Đứa bé ngồi trên **đầu gối** của bố.
○ 南 Đứa bé ngồi trên **đầu gối** của ba.
孩子坐在爸爸的膝蓋上。

其他相關詞彙

♪ **cơ bắp** 肌肉　♪ **huyết quản** 血管　♪ **da** 皮膚　♪ **thịt** 肉　♪ **não** 腦
♪ **tim** 心臟　♪ **phổi** 肺臟　♪ **gan** 肝臟　♪ **thận** 腎臟　♪ **dạ dày** 胃
♪ **ruột** 腸子

與身體相關的慣用語

bắt cá hai tay 腳踏兩條船

tai to mặt lớn 有頭有臉

ném đá giấu tay 做了壞事後佯裝不知

đầu bạc răng long 白頭偕老

gái một con trông mòn con mắt 生過一個孩子的女人更迷人

miệng nam mô, bụng một bồ dao găm 佛口蛇心

Đau quá.

Có chuyện gì thế?

Hình như chân tôi bị bong gân.

Chết thật! Chị đổi giày khác thử xem.

Không, tôi nghĩ cần phải đi bệnh viện.

Được rồi, tôi sẽ đi cùng chị.

痛死了！
妳怎麼了？
我的腳踝好像扭傷了。
真糟糕！妳換雙鞋子看看？
不行，我想我得去看醫生。
好的，我陪你去。

TalkTalk Tip

Hình như chân tôi bị bong gân.
好像我扭傷腳踝了。
　　cổ tay 手腕　**bàn chân** 腳
　　đầu gối 膝蓋

Vị này là ai?
這位是誰？

Đây là <u>bố (ba)</u> của tôi. <u>Bố (Ba)</u> tôi là ký giả.
這是我爸爸。我爸爸是記者。

❶ 北 bố mẹ / 南 ba mẹ / 南 cha mẹ

❷ 北 bố / 南 ba

❸ mẹ / 南 má

❹ anh chị em

❺ chị em gái

❻ con gái

❼ cháu gái

❽ tôi

❾ anh em trai

❿ con trai

⓫ cháu trai

⑫ chú · bác (trai) ⑬ thím · bác (gái)

⑭ cháu gái

⑮ cháu trai

⑳ ông bà nội

㉑ ông
㉒ chồng
㉓ bà
㉔ vợ

⑯ anh chị em họ
⑰ con cái
⑱ cháu ngoại
⑲ cháu

1

北 **bố mẹ** / 南 **ba mẹ** / **cha mẹ**
父母

北 **Bố mẹ** tôi đang đi du lịch thế giới.
南 **Ba mẹ** tôi đang đi du lịch thế giới.
我的父母正在環遊世界。

2

北 **bố** / 南 **ba**
爸爸、父親

3

mẹ / 南 **má**
媽媽、母親

mẹ góa 寡母

北 Anh ấy giống **bố** anh ấy.
南 Anh ấy giống **ba** anh ấy.
他長得很像他爸爸。

4

anh chị em 兄弟姐妹

Quan hệ giữa **anh chị em** tốt không?
兄弟姊妹之間的關係好嗎？

8

tôi 我

9

anh em trai 兄弟

5

chị em gái 姊妹

Chị có **chị em gái** không?
你有姊妹嗎?

Tôi thích có **anh em trai**.
我喜觀有兄弟？

北 chị cả / 南 chị hai 大姊

anh em ruột 親兄弟

6

con gái 女兒

Con gái tôi hát rất hay.
我女兒唱歌唱得很好聽。

10

con trai 兒子

Con trai cô ấy thích bóng đá.
她的兒子喜歡足球。

7

cháu gái 孫女

Bà ấy rất thương **cháu gái**.
她很愛孫女。

11

cháu trai 孫子

Cháu trai đáng yêu hơn con trai.
孫子比兒子更可愛。

❸ ‖thím 嬸嬸　**‖bác (gái)** 伯母

◦ **Thím** của tôi là y tá.
我的嬸嬸是護理師。

❷ ‖chú 叔叔　**‖bác (trai)** 伯伯

◦ Hôm qua **chú** Tuấn đến thăm nhà chúng tôi.
俊叔叔昨天來拜訪我們家。

❹ ‖cháu gái 侄女

◦ **Cháu gái** của tôi là tiếp viên hàng không.
我的侄女是空服員。

❺ ‖cháu trai 侄子

◦ Tôi có ba **cháu trai**.
我有3個侄子。

❻ ‖anh chị em họ
‖表（堂）兄弟姊妹

◦ Bạn có nhiều **anh chị em họ** không?
你有很多表兄弟姊妹嗎？

❼ ‖con cái 孩子、子女

◦ Bạn có con không?
你有孩子嗎？

❽ ‖cháu ngoại 外甥

❾ ‖cháu 孫子

◦ Ông ấy có nhiều **cháu**.
他有很多孫子。

203

⑳ ‖ông bà nội 祖父母

○ **Ông bà nội** tôi sống ở vùng ngoại ô.
我的祖父母住在郊外。

㉑ ‖ông 祖父、爺爺

○ **Ông** tôi rất thích câu cá.
我爺爺很喜歡釣魚。

㉒ ‖chồng 老公

○ **Chồng** cô ấy thích đi câu cá.
她的老公喜歡去釣魚。

㉓ ‖bà 祖母、奶奶

○ Vị đó là **bà** của tôi.
那位是我的祖母。

㉔ ‖vợ 老婆

○ **Vợ** tôi và tôi thích du lịch.
我和我老婆喜歡旅行。

 其他相關詞彙

- ◗ **trẻ nhỏ** 小孩
- ◗ **người bạn đời** 配偶
- ◗ 北 **bố nuôi** / 南 **ba nuôi** 養父
- ◗ **con trai nuôi** 養子
- ◗ 北 **bác** / 南 **cậu** （媽媽的哥哥）舅舅
- ◗ 北 **bác** / 南 **dì** （媽媽的姊姊）阿姨

- ◗ **vợ chồng** 夫妻
- ◗ 北 **họ hàng** / 南 **bà con** 親屬
- ◗ **mẹ nuôi** / 南 **má nuôi** 養母
- ◗ **con gái nuôi** 養女
- ◗ **cậu** （媽媽的弟弟）舅舅
- ◗ **dì** （媽媽的妹妹）阿姨

姻親關係

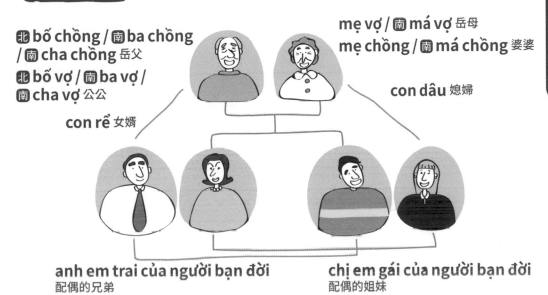

北 **bố chồng** / 南 **ba chồng** / 南 **cha chồng** 岳父
北 **bố vợ** / 南 **ba vợ** / 南 **cha vợ** 公公

con rể 女婿

mẹ vợ / 南 **má vợ** 岳母
mẹ chồng / 南 **má chồng** 婆婆

con dâu 媳婦

anh em trai của người bạn đời
配偶的兄弟

chị em gái của người bạn đời
配偶的姐妹

🙍 Vị này là ai?

👦 Đây là <u>bố (ba)</u> của tôi. <u>Bố (Ba)</u> tôi là ký giả.

🙍 Còn những người đó là ai?

👦 Đây là các chú của tôi. Các chú đang sống ở TP. HCM.

🙍 這位是誰？
👦 這是我爸爸。我爸爸是記者。
🙍 他們是誰？
👦 這是我的叔叔們。他們住在胡志明市。

> **TalkTalk Tip**
>
> **Vị này là ai?**
> 這位是誰？
>
> **anh ấy** 他　**cô ấy** 她
> **bọn họ** 他們

DAY 34 外貌 不同的外貌，不同的表達方式～

Xin hỏi, ai là Nam?
誰是阿南？

Nam thấp và tóc xoăn màu đỏ.
阿南是個子矮和有紅色捲髮的人。

⑰ tóc ngắn

㉑ tóc nâu

㉒ râu

㉓ đầu hói

③ chiều cao trung bình

② trung niên

㉔ ria mép

④ cao tuổi

⑩ gầy guộc

⑧ trọng lượng trung bình

chiều cao và tuổi

① cao

kiểu tóc • BOOKSTORE

⑬ tóc suôn

⑱ tóc uốn

⑭ tóc đen

⑲ dài ngang vai

⑳ tóc vàng

⑫ tóc dài

⑥ trẻ

⑮ tóc xoăn

⑯ tóc đỏ

⑪ có bầu / có thai / 北 có chửa

⑨ thon thả

vóc dáng

⑤ thấp / lùn

⑦ 北 béo / 南 mập

chiều cao và tuổi 身高和年齡

① **cao** 高

- Vận động viên bóng chuyền đa số đều **cao**.
  排球選手通常都很高。

  khá cao 比較高

② **trung niên** 中年的

- 北 Ông ấy là người đàn ông **trung niên** gầy và cao.
- 南 Ông ấy là người đàn ông **trung niên** ốm và cao.
  他是個又高又瘦的中年男人。

③ **chiều cao trung bình** 中等身高

- **Chiều cao** tôi **trung bình**.
  我是中等身高。

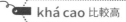

⑤ **thấp / lùn** 矮

- Napoleon **thấp** thật không?
  拿破崙是真的很矮嗎？

  khá thấp 比較矮

④ **cao tuổi** 高年齡

⑥ **trẻ** 年輕的

vóc dáng 體格

⑦ 北**béo** / 南**mập** 胖

- 北 Con chó nhà tôi **béo** quá.
  南 Con chó nhà tôi **mập** quá.
  我家的狗狗很胖。

⑧ **trọng lượng trung bình** 平均體重

- **Trọng lượng trung bình** ở độ tuổi của tôi khoảng bao nhiêu?
  我這個年齡段的平均體重大概是多少？

⑨ thon thả 苗條

◦ Dáng cô ấy **thon thả** như người mẫu.
她的身材跟模特兒一樣苗條。

北 gầy khủng khiếp
南 ốm khủng khiếp
瘦得可怕

⑩ gầy guộc 瘦的、骨瘦如柴的

⑪ có bầu / có thai /
北 có chửa

南 có thai 3 tháng 懷孕3個月

kiểu tóc 髮型

⑫ tóc dài 長髮

◦ Cái váy đỏ thích hợp với kiểu **tóc dài** của cô ấy.
那件裙子和她的長髮很相配。

⑬ tóc suôn 柔順的頭髮

⑭ tóc đen 黑髮

◦ **Tóc** cô ấy **đen**.
她的頭髮是黑色的。

⑮ tóc xoăn 捲髮

⑯ tóc đỏ 紅頭髮

◦ Bạn có biết người đàn ông **tóc đỏ** kia không?
你認識那個紅髮的男人嗎？

⑰ tóc ngắn 短髮

◦ Tôi muốn cắt kiểu **tóc ngắn**.
請把我頭髮剪短。

⑱ tóc uốn 捲髮

○ **Tóc uốn** của cô ấy rất đẹp.
她的捲髮很美麗。

⑲ dài ngang vai 及肩長髮

⑳ tóc vàng 金髮

○ Tôi thích mái **tóc vàng** dài của cô ấy.
我喜歡她的金色長髮。

㉑ tóc nâu 褐髮

㉒ râu 鬍子

○ Ông ấy quyết tâm để **râu**.
他決定要把鬍子留長。

㉓ đầu hói 禿頭

○ **Đầu** ông ấy bị **hói**.
他是頭禿的。

㉔ ria mép 小鬍子

○ Người đàn ông có **ria mép** là chú của tôi.
那位有小鬍子的男人是我叔叔。

其他相關詞彙 ....

- **mắt xám** 灰色眼睛
- **mắt xanh dương** 藍色眼睛
- **mắt màu đậm** 深色眼睛
- **da ngăm đen** 深色皮膚
- **da rám nắng** 古銅色皮膚
- **nếp nhăn** 皺紋
- **dưới thể trọng chuẩn** 低於標準體重
- **xinh đẹp** 漂亮
- **tàn nhang** 雀斑

- **mắt xanh lục** 綠色眼睛
- **mắt nâu** 褐色眼睛
- **mắt màu nâu nhạt** 淡褐色眼睛
- **da trắng** 白皙皮膚
- **da xanh xao** 蒼白的皮膚
- **vết thương** 傷口
- **mũm mĩm** 豐滿的
- **bụ bẫm** 胖嘟嘟的
- **cơ bắp** 有肌肉的

當描述一個人時，可以用服裝或動作來描述

* 北 đeo kính / 南 mang kiếng 戴眼鏡
* thắt cà vạt 打領帶
* mặc áo khoác 穿外套
* mang cặp tài liệu 拿著公文包

* mặc váy 穿著裙子
* đeo túi xách 拿著手提包
* 北 đi giày / 南 mang giày 穿鞋
* xem điện thoại di động 看著手機

* 北 đeo tai nghe / 南 mang tai nghe 戴著耳機
* 北 đeo ba lô / 南 mang ba lô 背著背包
* nghe nhạc 聽音樂
* đang nhắm mắt 閉上眼睛

Xin hỏi, ai là Nam?

Nam thấp và tóc xoăn màu đỏ.

À, anh ấy đang nghe nhạc đúng không?

Dạ, người đó là Nam.

誰是阿南？
阿南是個子矮和有紅色捲髮的人。
啊，正在聽音樂的那位，是嗎？
是的，他就是阿南。

TalkTalk Tip

Ông ấy thấp. 他個子矮。
　trẻ 年輕
　là người trung niên. 是中年人。
Ông ấy tóc xoăn đỏ. 他有紅色捲髮。
　Mắt xanh lục. 綠色眼睛。
　Có ria mép. 有小鬍子。

Hôm nay em trông có vẻ vui.
Có chuyện gì thế?
妳今天看起來很開心。是有什麼事嗎？

Em sắp đi Pháp du lịch.
我會去法國度假。

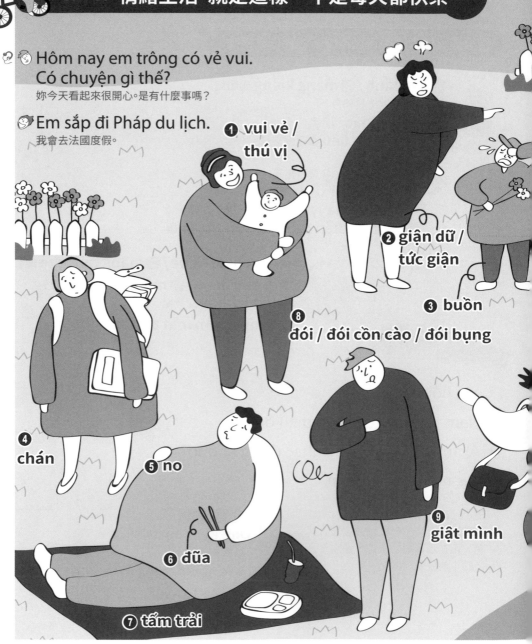

① vui vẻ / thú vị

② giận dữ / tức giận

③ buồn

⑧ đói / đói cồn cào / đói bụng

④ chán

⑤ no

⑥ đũa

⑦ tấm trải

⑨ giật mình

⑮ mệt / kiệt sức

⑩ buồn ngủ

⑭ 北 ốm / 南 bệnh

⑪ vòng cổ chó

⑬ vết thương

⑱ ghế dài

⑫ dây xích chó

⑯ sợ

⑰ hứng thú

⑲ xe đạp

213

❶
‖vui vẻ 開心
‖thú vị 有趣

❷
‖giận dữ 憤怒
‖tức giận 生氣

⌕ Ông ấy **tức giận** bạn.
他對你生氣。

❸
‖buồn 難過

⌕ 北 Vì đồ chơi hỏng nên đứa bé rất **buồn**.
⌕ 南 Vì đồ chơi hư nên đứa bé rất **buồn**.
因為玩具壞了，所以小孩很難過。

❹
‖chán 無聊

chán đến chết
無聊死了。

❺
‖no 飽

⌕ Không, tôi **no** rồi.
不，我吃飽了。

❻
‖đũa 筷子

❼
‖tấm trải 墊子

❽ đói 餓

đói cồn cào 飢餓

đói bụng 肚子餓

> con mèo đói bụng đáng thương
> 可憐的餓貓。

❾ giật mình 驚訝

○ Tôi **giật mình** vì tin đó.
那則新聞讓我感到驚訝。

❿ buồn ngủ 睏、想睡

○ Vì tối hôm qua tôi thức khuya nên bây giờ **buồn ngủ**.
我昨晚熬夜，所以現在很睏。

⓫ vòng cổ chó 狗項圈

⓬ dây xích chó 狗帶

⓭ vết thương 傷口

⓮ 北 ốm / 南 bệnh 生病

○ 北Vì cô ấy **ốm** nên không thể đi làm.
南 Vì cô ấy **bệnh** nên không ghể đi làm.
她因為生病了，所以無法去工作。

> không được khỏe 身體不舒服

215

⓯ ‖mệt 累

‖kiệt sức 精疲力盡

♀ Chị t rông có vẻ **mệt**.
Có chuyện gì thế?
妳看起來很累。怎麼了？

⓰ ‖sợ 害怕

⓱ ‖hứng thú 興奮

⓲ ‖ghế dài 長椅

♀ Có nhiều **ghế dài** ở công viên.
公園裡有很多長椅。

⓳ ‖xe đạp 腳踏車

其他相關詞彙

- **bi thảm** 悲慘
- **nổi giận** 生氣、發怒
- **cảm thấy nản lòng** 感到挫折
- **cô đơn** 孤單
- **bối rối** 慌張
- **hài hước** 幽默
- **bàng hoàng** 彷徨不知所措
- **suy ngẫm** 深思
- **hỗn loạn** 混亂

- **thất vọng** 失望
- **buồn nôn** 噁心
- **bị choáng** 暈眩
- **tự hào** 自豪
- **đố kị** 嫉妒
- **thú vị** 有趣
- **xấu hổ** 害羞、（感到）丟臉
- **phát bực** 煩躁
- **đa cảm** 感傷、善感

表達情緒的用語

開心的時候

sung sướng quá đỗi 欣喜若狂
vui quá 樂翻天
hạnh phúc quá 太幸福了
vui quá nhảy cẫng lên 高興地跳起來

生氣的時候

rất nóng giận 暴怒
tức quá nhảy dựng lên 氣到跳腳
sầm mặt 臉色沮喪
phát bực 感到煩躁

傷心的時候

trầm uất 憂鬱的
tâm trạng u sầu 情緒低落的
mất trí 情緒失控
quá thất vọng 非常失望

Hôm nay em trông có vẻ vui. Có chuyện gì thế?

Em sắp đi Pháp du lịch.

Tuyệt quá.

<u>Vâng (Dạ)</u>, em rất mong đợi đi viện bảo tàng Louvre.

妳今天看起來很開心。是有什麼事嗎？
我會去法國度假。
太好了。
是啊，我非常期待能參觀羅浮宮。

> **TalkTalk** Tip
>
> **Trông có vẻ mệt.**
> 看起來很累。
> **buồn** 難過
> **buồn ngủ** 睏、想睡

INDEX

221

[H,h]

[U,u]

[V,v]

239

台灣廣廈 國際出版集團
Taiwan Mansion International Group

國家圖書館出版品預行編目（CIP）資料

自學越南語單字 看完這本就記住！/ 黃氏清蘭(Huỳnh Thị Thanh Lan) 著.
-- 初版. -- 新北市：語研學院, 2020.11
　面；　公分
ISBN 978-986-99644-0-1（平裝）
1. 越南語　2. 詞彙

803.79　　　　　　　　　　　　　　　　109016321

LA PRESS 語研學院 Language Academy Press

自學越南語單字 看完這本就記住！

作　　者／黃氏清蘭　　　　　編輯中心編輯長／伍峻宏・編輯／王文強
翻　　譯／王明翠　　　　　　封面設計／何偉凱・內頁排版／東豪印刷事業有限公司
　　　　　　　　　　　　　　製版・印刷・裝訂／東豪・紘憶・弼聖・明和

行企研發中心總監／陳冠蒨　　整合行銷組／陳宜鈴
媒體公關組／陳柔彣　　　　　綜合業務組／何欣穎

發　行　人／江媛珍
法 律 顧 問／第一國際法律事務所 余淑杏律師・北辰著作權事務所 蕭雄淋律師
出　　版／語研學院
發　　行／台灣廣廈有聲圖書有限公司
　　　　　　地址：新北市235中和區中山路二段359巷7號2樓
　　　　　　電話：（886）2-2225-5777・傳真：（886）2-2225-8052

代理印務・全球總經銷／知遠文化事業有限公司
　　　　　　地址：新北市222深坑區北深路三段155巷25號5樓
　　　　　　電話：（886）2-2664-8800・傳真：（886）2-2664-8801
郵 政 劃 撥／劃撥帳號：18836722
　　　　　　劃撥戶名：知遠文化事業有限公司（※單次購書金額未滿1000元需另付郵資70元。）

■ 出版日期：2020年11月
ISBN：978-986-99644-0-1

版權所有，未經同意不得重製、轉載、翻印。

리스타트 베트남어 단어장
Copyright©2019 by Huỳnh Thị Thanh Lan
Original Korea edition published by Yesbook Publishing
Taiwan translation rights arranged with Yesbook Publishing
Through M.J Agency, in Taipei
Taiwan translation rights©2020 by Taiwan Mansion Publishing Co., Ltd.